मुक्त झाले मानवी अश्रू

राहुल शिंदे

प्रथम आवृत्ती : जून 2022

भारतात प्रकाशित

ISBN: 978-93-94603-01-1

मुखपृष्ठ रचना : जया लोखंडे

प्रकाशक :   स्टोरीमिरर इंफोटेक प्राईवेट लिमिटेड,
                 १४५, पहिला माळा, पवई प्लाझा,
                 हीरानंदानी गार्डन्स, पवई,
                 मुंबई - ४०००७६, भारत

Web: https://storymirror.com
Facebook: https://facebook.com/storymirror
Instagram: https://instagram.com/storymirror
Twitter :   https://twitter.com/story_mirror
Email: marketing@storymirror.com

अर्पणपत्रिका

स्वतःच्या आतल्या आवाजापर्यंत पोचण्यासाठी
आग्रही असणाऱ्या सर्वांना..

प्रस्तावना

अज्ञात हा माझा पहिला कथासंग्रह २०२० साली प्रकाशित झाला. त्याला वाचकांचा उत्तम प्रतिसाद मिळाला आणि अजूनही मिळत आहे.

कथालेखनाच्या या प्रवासात अनेक नवीन कथांनी जन्म घेतला आणि त्या कथाही माहेर, मेनका आणि पुरुषउवाच या मासिकांत आणि दिवाळी अंकांत प्रकाशित झाल्या. या कथांचे संकलन म्हणजे हा दुसरा कथासंग्रह.

कथा जशा बाहेरच्या अभ्यासातून, माणसांना भेटण्यातून आल्या आहेत, तशीच त्याला आंतरिक अवस्थेची आणि अनुभवांची जोड आहे. काही अवस्था, वेदना, दुःख आयुष्याचा नेमका अर्थही सांगू पाहतात, खोलवर जाऊन काहीतरी शोधायला प्रवृत्त करतात, त्यातून या कथांचा जन्म झाला आहे.

मागे वळून या पुस्तकाच्या पुर्णत्वापर्यंत येण्याचा प्रवास पाहिला तर यात अनेकांचे योगदान आहे. संग्रहातल्या अनेक कथा लिहिण्याआधी अभ्यासासाठी ज्या ज्या व्यक्तींची भेट झाली, त्यातल्या कित्येकांनी आपले जगणे, संघर्ष आणि प्रवास सांगून मला माणूस म्हणून समृद्ध केले.

मी निवडलेल्या वेगळ्या वाटेवर चालताना माझे आई-वडील, बहीण, मेहुणे, मामा, चुलत भाऊ आणि कुटुंबातील इतर सदस्यांनी मला नेहमी साथ दिली. तेजस, तरु, पल्लवी आणि समाधान या माझ्या मित्र-मैत्रिणींकडून मला प्रेरणा मिळाली.

मी काम करत असलेल्या 'स्वधा' शाळेतील संचालिका शेफाली मॅडम, तसेच

स्नेहा, देवेश आणि इतर अनेकांनी मला अशा महत्वाच्या विषयांवरील कथांना संकलित करून त्याचा संग्रह प्रकाशित करण्यासाठी प्रोत्साहन दिले. माझी मैत्रीण मीनल जोशी-पवार हिने कथांना संपादन सहाय्य केले आहे,तिचे मनापासून आभार.

पुस्तकात बऱ्याच कथा LGBTQ विषयावरील आहेत. कोंडलेल्या वेदनांना मोकळं करण्याची वाट नसली की त्या तीव्र वेदना शरीर मन पोखरून टाकतात. यातील बऱ्याच कथा या कोंडलेल्या वेदनांच्या आहेत. ज्या तरुण वयात उंच भरारी घेण्याची स्वप्नं पाहिली जातात,अशा वयात समलिंगी आणि ट्रान्स मुला-मुलींना आपलं आयुष्य नीरस वाटतं. जगण्याला कुठलाच अर्थ दिसत नाही. कथांना यातील अनेक कंगोरे असले तरी त्या कथा आहेत, मनोगत अथवा लेख नाहीत. या विषयाबरोबरच इतर विविध विषयांवरील कथाही या संग्रहात आहेत.

या सर्व कथा आपल्याला वाचनानंद देण्याबरोबरच आपलं जगणं समृद्ध करतील, अशी मी प्रार्थना करतो. संग्रह वाचून झाल्यावर आपल्या प्रतिक्रिया ऐकायला मी उत्सुक आहे.

अनुक्रमणिका

असण्याचा
अर्थ

(पूर्वप्रसिद्धी -माहेर मार्च २०२१)

"मला क्षमा करा. मी बाविसाव्या वर्षी हे जग सोडून जात आहे. मी जसा आहे, तसा मला कोणी समजून घेत नाही. माझ्या कॉलेजमध्ये सतत मला चिडवले जात आहे. माझ्या भावनांवर मी नियंत्रण ठेवण्याचा प्रयत्न केला, पण त्याचा मला खूप त्रास होतो. मी माझ्या जगण्याचा तिरस्कार करतो. मी जसा आहे त्यात माझी काहीच चूक नसून देवाची चूक आहे. कसली शिक्षा, कसला शाप म्हणून देवाने मला असा जन्म दिला, मला माहित नाही. घरचेही मला समजून घेत नाहीत. माझ्या आत्महत्येला कुणालाही जबाबदार धरू नये." त्याने सुसाईड नोट लिहून टेबलावर ठेवली आणि दोरी पंख्याला बांधून स्वतःच्या गळ्यात अडकवली.

***

वेदना संपता संपता तो कुठल्या तरी पोकळीतून गेल्यासारखा प्रवास करू लागला. तो कुठे होता, काय करत होता त्याचे त्याला भान उरले नव्हते. प्रवास करता करता त्याला जास्तच भीती वाटू लागली. शरीर सुटूनही त्याला जोडलेल्या भीती, दुःख अशा जाणिवा कितीतरी वेळ होत राहिल्या. मात्र काही वेळाने अचानक त्याला ह्यात बदल जाणवू लागला. हळूहळू भीती विरघळून जाऊ लागली. मग अशी

अवस्था लाभली, जिथे तो काळ आणि जागा विसरून गेला. सगळं कसं शांत, उल्हासित वाटू लागलं.

ह्या दिव्य अनुभूतीत असतानाच समोर देव ठाकलेला बघून त्याला आपण स्वप्नात आहोत की काय असे वाटू लागले.

देव आणि तो एकमेकांकडे पाहू लागले. बराच वेळ त्यांच्यात संवाद न होताही प्रेमाची,शांततेची अनुभूती त्याला मिळू लागली. बंधनाचे सगळेच पाश तुटल्याच्या अवस्थेत त्याला मुक्ती जाणवू लागली.

"शेवटी तू आत्महत्या केलीस?" देवाच्या या प्रश्नावर आतापर्यंत भूतकाळ विसरलेल्या त्याला अचानक सर्व काही आठवले. पण त्याला त्या भूतकाळाची तसूभरही वेदना झाली नाही, याचे त्याला अप्रूप वाटले..मात्र तरीही त्याच्या मनात आता असंख्य प्रश्न दाटले.

"देवा, कोणत्या पापाचं, कोणत्या कर्माचं प्रायश्चित म्हणून असा अपुरा जन्म मला लाभला? का तू असा अन्याय माझ्यावर केलास?" भौतिक आयुष्यात सतावणारे आणि सतत द्वंद्व निर्माण करणारे प्रश्न त्याने देवाला विचारले.

"प्रायश्चित? मी तुझ्यावर अन्याय केला?" देवाने हसत त्याला प्रतिप्रश्न केला आणि देव त्याच्याकडे पाहू लागला.

मग त्याला अशा शांत अवस्थेत देवाच्या खुलाशाशिवाय ह्या शरीरात जन्म घेण्याआधीचा प्रसंग दिसू लागला.

***

जीवनाच्या शाळेत अनेक शरीरांत जन्म घेतल्यानंतर त्याच्या आध्यात्मिक स्तरावरील प्रगतीत फारसा बदल झाला नव्हता. शिवाय इतक्या जन्मात तेच तेच संदर्भ, तेच तेच अनुभव, सारखीच आव्हानं घेतल्यानंतर त्याला वाटू लागले, पुढचा जन्म आता वेगळ्या आव्हानांचा घ्यायचा. या दरम्यान एकदा त्याची आणि देवाची भेट झाली.

 राहुल शिंदे

"देवा, पुढचा देहाच्या जन्माचा अनुभव घ्यायला आता मी तयार आहे. पण मला आता एकदम आव्हानात्मक जीवन हवं आहे." तो कळकळीने देवाला म्हणाला तसा देव फक्त हसू लागला.

"कित्येकजण आपली आध्यात्मिक प्रगती करण्यासाठी मोठी आव्हानं घेतात. जन्म घेतल्यानंतर मात्र सगळं स्वत्व विसरतात. भौतिकतेत इतके विरघळतात की जगणं असह्य होऊन जातं. मग 'मी काय पाप केलं म्हणून मला हे जीवन मिळालं?', असं हतबलपणे म्हणत राहतात. काहीजण मलाच शिव्या देत राहतात. तेव्हा पुन्हा एकदा नीट विचार करून सांग. पेलेल तुला मोठं आव्हान?" देव म्हणाला.

देवाच्या या बोलण्याचा अर्थ त्याला कळाला, पण तो उत्साही होता. त्याला काही करून आता मोठं आव्हान हवंच होतं.

"हो. मला कठीण आव्हानं येतील असा जन्म सांग. काहीतरी वेगळंच. ज्याच्यात एक वेगळीच गम्मत असेल." तो म्हणाला.

त्याच्या ईच्छेनुसार देवाने जरासा विचार केला.

"एक अतिशय वेगळं आयुष्य..चौकटीबाहेरचं..ज्या आयुष्यात तुझं अस्तित्व समजायलाच तुला संघर्ष करावा लागेल.तुझ्या अस्तित्वाचे संदर्भ शोधताना तुला खूप कष्ट घ्यावे लागतील." देवाचं हे बोलणं त्याला गूढ वाटू लागलं.देवानंच पुढे उलगडा करायला सुरुवात केली,

"जो मानवी देह तुला मिळेल, त्याच लिंगाच्या व्यक्तीशी तुझं शारीरिक आणि मानसिक आकर्षण असेल. सुरुवातीला तुला खूप संघर्ष करायला लागेल. पावलोपावली तुझ्या अस्तित्वावर घाला घालून ते मिटवण्याचा प्रयत्न केला जाईल. अशा गोष्टींमध्ये तुझी ऊर्जा खर्च होत राहील.पण जेव्हा तू यावर खोलवर जाऊन ठरवू लागशील, तेव्हा तुला याचा अर्थ सापडेल. जन्माच्या प्रवासात येणाऱ्या 'मी कोण आहे' या प्रश्नाचं शेवटपर्यंत अनुत्तरित राहणारं उत्तर, तुझा जो वेगळा लैंगिक कल आहे, त्यायोगे तुला मिळायला मदत होईल. आहेस तू या आव्हानात्मक जन्मासाठी तयार?"

देवाच्या बोलण्यात हरवून जात त्याला हे आव्हान वेगळं वाटलं. आत्तापर्यंत त्याने हे आव्हान कधीच ऐकलं नव्हतं. ह्या दिव्य अवस्थेत त्योला हे आव्हान आवडलं. या जन्मातून होणाऱ्या प्रगतीच्च्या कल्पनेने तो भारावून गेला.

"यातही तुला थोडी कठीण पातळी हवी आहे का सोपी? तुला पुन्हा सांगतो, इथून खूप उत्साहात घेतलेलं आव्हान भौतिक जगतात त्रासदायक ठरलं की मनुष्य कोलमडून जातो." देवाच्या या बोलण्यानं त्यांनं काही क्षण विचार केला. जन्मोजन्मीच्या प्रवासाचा अनुभव आठवल्यावर त्याला देवाला यातून नेमकं काय सांगायचं आहे, हे समजलं.

"किती गमतीचा खेळ आहे हा! इतकं कठीण आव्हान इथून फारसं अवघड वाटत नाही." सहजपणे त्याच्याकडून हे उद्गार निघाले.

"भौतिकतेतही कुठल्याही मोठ्या गोष्टीला एका पूर्णत्वाच्या दृष्टीने पाहिलं की तेही आव्हान हे साधा खेळ होऊन जातं.पण जेमतेम अगदी मोजकेच भाग्यशाली स्वतः जाणू शकतात. नाहीतर बहुतेकांच्या बाबतीत अहंकार स्वत्वापर्यंत पोहचू देत नाही आणि मग भौतिक जगणं भयमय होऊ लागतं." देवानं खुलासा केला.

पुन्हा दिव्य आणि शांत अवस्थेत तो विचार करू लागला.मग म्हणाला,

"मला माहित आहे, आता जी अवस्था आहे ती अवस्था भौतिक जगात सहजासहजी नाही लाभणार. त्यासाठी मोठ्या प्रयासाने प्रगती करावी लागते.पण ती प्रगती करण्यासाठीच आता मला जोखीम पत्करायची आहे.मला ह्यातील सुद्धा कठीण पातळी हवी आहे." तो अगदी ठामपणे म्हणाला.

"हा तुझा अंतिम निर्णय असेल तर मग त्यानुसारच मी तुला पुढच्या आयुष्याची रूपरेषा सांगतो. खरंतर, ह्या आव्हानात तुला थोडासा सोपा मार्ग घेता आला असता, ज्या वातावरणात राहशील तिथे तुझ्या स्वीकारासाठी काही सोपे मार्ग होते. पण तुला कठीण आव्हानच हवे आहे.

आता तुझ्या आव्हानानुसार तुझा अशा भूमीत जन्म होईल, जिथे तुला ह्याबद्दल उत्तरं शोधताना खूप संयम बाळगावा लागेल.या भूमीत या लैंगिकतेबद्दलच अनेक

गैरसमज असल्याने तुला याचा पावलोपावली संघर्ष करावा लागेल.चहुबाजूने तुला अंधार दिसेल,पण शेवटी त्या अंधारातून चालत गेलास की उजेड मात्र सापडेल. त्यातूनच तुझी अलौकिक प्रगती होत राहील. जिथे विशिष्ट लैंगिकता असणं म्हणजे काय याचे जे अलिखित नियम तयार झाले आहेत, तिथे हे तुझं अस्तित्व इतरांना शक्यतो सहजासहजी समजणारच नाही.तुझ्या भावना म्हणजे अर्थहीनपणा ठरवला जाईल, त्याचं हसू केलं जाईल. पण या अशा जन्मातल्या अनुभवामुळे पृथ्वीतलावर तुझ्यापुरती तरी,तुझ्या अवती भवतीच्या वातावरणात तरी बदल घडवण्याची तुझ्याकडे मोठी संधी आहे. प्रत्येकासाठी आध्यत्मिक स्वरूपात काही भेटवस्तू उपलब्ध असतातच, तसंच तुझा मार्ग शोधताना तुलाही त्या भेटवस्तू मिळत राहतील…वेगवेगळ्या मार्गाने." असं देवानं त्याला सांगितलं आणि त्याच्या मनात या वेगळया जन्माबाबतची अनंत उत्सुकता निर्माण झाली.

ह्या अवस्थेत त्याने देवाचा आशीर्वाद घेतला.

***

हा सगळा प्रसंग आठवून तो स्तब्ध झाला. शब्दांविना तो देवाकडे पाहत राहिला.

आपलं जीवन शापित नसून ते आपल्याच प्रगतीचा आपण निवडलेला मार्ग आहे, हे जीवनाचं इतकं मोठं गूढ कळल्यावर त्याला अव्यक्त समाधान आणि शांतता लाभली होती.

"म्हणजे मी कोण आणि का होतो याची मला भौतिक जगात तिळमात्रही जाणीव नव्हती? समाजाच्या चौकटीत मी भयभीत होऊन गेलो.,मी प्रगती करायची सोडून माझी अधोगती झाली...आत्महत्या करून मी मरून गेलो....."

शांतपणे पश्चातापाचे बोल त्याच्या तोंडून निघाले.मात्र लगेचच त्याचा गैरसमज देवाच्या पुढच्या बोलण्याने दूर झाला.

"अजून तुझा मृत्यू झाला नाही......तू आत्महत्या केलीस पण त्यात तुझ्या.शरीराचा अंत झाला नाही."

देवाच्या मुखातून हे ऐकताना त्याला, आपल्या जन्माचा अंत अजून झालाच नाही

म्हणून सुखद धक्का बसला. कृतज्ञतेने तो देवाकडे पाहू लागला. त्याला त्याचे शरीर हॉस्पिटल मध्ये बेशुद्ध अवस्थेत पडल्याचे दिसू लागले.आध्यात्मिक जाणिवेतून त्याला आता भौतिकतेची जाणीव होऊ लागली.

अचानक त्याला दिसले,आपल्या मागं आपलं कुटुंब आहे.आत्महत्या केल्यापासून आपल्याला त्यांचा विसर पडला आहे.

"हे काय देवा! माझं कुटुंब इतकं अस्वस्थ, दुखी कष्टी झालं आहे.तरी मला आतापर्यंत त्यांचा विसर पडला होता.इतका स्वार्थी आहे मी?" तो नवल वाटून म्हणाला. देवाला त्याच्या या बोलण्याचं हसू आलं. देव म्हणाला,

"आता पुन्हा तूला भौतिकता दिसू लागली म्हणून हा स्वार्थाचा विचार उत्पन्न झाला. स्वार्थाचा खरा अर्थ कित्येकांना अजून समजलेलाच नाही. स्वतःचं खरेपण, स्वतःचा आत्मानंद शोधण्यात कसला स्वार्थ? मी तुझी निर्मितीच अशी केली आहे. सत्याचा शोध घेण्याचा प्रत्येकाला अधिकार आहे."

देव थोडासा थांबून पुढे म्हणाला, "भौतिक शरीराच्या मध्यंतरीच क्वचितच नशिबानं आध्यात्मिक जगताची सफर घडते. ती तुला घडली आहे. ती वाया घालवू नकोस. तू आत्महत्येचा जो प्रयत्न केलास, त्यामुळे तुझी जी थोडी अधोगती झाली ती मी माफ करेन.पण आता तू परत जाऊन निडरपणे जग."

देवाच्या या बोलण्याने तो भलताच स्थिर आणि समाधानी झाला .त्याच्यात प्रचंड बळ आलं. तो पुन्हा भौतिक शरीरात संपूर्णपणे सामावणार इतक्यात त्याला देव म्हणाला,

"एक शेवटची महत्वाची गोष्ट ऐक.आता तुला समजलेला या जन्माचा खरा अर्थ आणि जाणीव भौतिकतेत गेल्यावरही तुझ्या स्मरणात राहील.तरीही आयुष्याच्या प्रवासात येणाऱ्या काही गूढ वळणांबद्दल तू अजून अनभिज्ञच आहेस. या गोष्टी त्या त्या टप्प्यावरच तुला गोंधळात टाकतील. आयुष्यात काही गोष्टी हो किंवा नाही अशा नसतात. त्याला तर्क उपयोगी येत नाही. काही चुकीचं घडेल म्हणून निर्णय घ्यायला घाबरू नकोस.निर्णय चूक किंवा बरोबर असं काही नसतं, त्यातून शिकणं

आणि अनुभव घडत असतो.''

हे बोलणं त्याला समजलं. आयुष्यात येणारं टप्प्या- टप्प्यावरचं गूढपणच आपल्याला प्रगतीच्या कोणत्या परमोच्च बिंदूपर्यंत पोचायचे आहे याची जाणीव करून देऊन त्या पथावर जाण्याची वाट दाखवतं, याची त्याला पूर्ण जाणीव होती. जितकं ज्ञान त्याला आता मिळालं होतं, त्याच्यासाठी तो देवाचा कृतज्ञ होता.

त्या कृतज्ञतेने त्याने देवाचा निरोप घेतला.

***

हॉस्पिटलमध्ये तो शुद्धीवर आलेला बघून त्याच्या कुटुंबाच्या आनंदाला पारावर उरला नाही.

''आ.ई...दादा..बाबा..'' डोळे उघडून प्रत्येकाकडे बघताना त्याच्या डोळ्यात एक वेगळीच शांततेची चमक दाटली होती.क्षण नी क्षण त्याला अर्थपूर्ण वाटत होता. जीवनाला आताच नव्याने सुरुवात झाल्यासारखं त्याला वाटत होतं.

''त्रास होत असेल तर बोलायची गरज नाही.आराम कर.'' त्याची आई आनंदभरल्या डोळ्यांनी त्याला म्हणाली. त्याच्या चेहऱ्यावर हलकेच स्मित झळकले आणि त्याने पुन्हा विश्रांतीसाठी डोळे मिटले. त्याच्या संपूर्ण कुटुंबाचं दडपण गेलं..

बेशुद्ध अवस्थेत घेतलेला आध्यात्मिक जगताचा अनुभव त्याच्या शरीरात होता.

मनाने आपला ताबा घेतला आणि त्याच विचारात आपण आत्महत्येचं पाऊल उचललं. आपल्या आयुष्याला विशिष्ट असं ध्येय आहे आणि ते आपल्याला शोधायचं आहे,याची त्याला जाणीव आता होत होती.

दवाखान्यातून घरी आल्यावर कितीतरी दिवस तो वर्तमानातच वावरत होता. वैचारिक गोंधळ शांत झाल्याने सृजनात्मक विचार मनातून येत होते. त्याच्या घरची मंडळी तो भूतकाळातल्या त्रासात जाऊ नये म्हणून त्याने केलेल्या आत्महत्येच्या प्रयत्नाबद्दल त्याला काही विचारत नव्हते.

मात्र एकदा त्याला आपण लिहिलेल्या सुसाईड नोट बद्दल आठवण झाली आणि

ती वाचून आपल्या कुटुंबाला आपल्या लैंगिकतेबद्दल कळाले असेल, असे वाटले.

"मी आत्महत्येचा प्रयत्न करायच्या आधी एक चिट्ठी लिहून ठेवली होती.ती वाचली तुम्ही?" त्याने आपल्या कुटुंबासमोर हा विषय काढला.त्याच्या आई वडिलांनी एकमेकांकडे बघितले.

"तुला त्रास होईल म्हणून आम्ही याबद्दल काही दिवसांनी तुला विचारायचे ठरवले होते,पण आता तू विषय काढलाच आहेस तर..तू जसा आहेस,आम्हाला अजूनही त्यातलं फारसं काही कळत नाही.एक मात्र नक्की, या गोष्टीसाठी तुला आम्ही त्रास देणार नाही.जे वागणं तुला बदलायला त्रास होईल, ते केवळ आमच्या दृष्टीला खटकतं म्हणून बदलण्यासाठी तुझ्यावर दडपण आणणार नाही. मात्र हा शाप आहे असं समजून स्वतःला दूषणं देत बसू नकोस.." आईच्या या उद्गारावर तो धन्य झाला.

"जे मी सुसाईड नोटमध्ये लिहिलं, ते माझ्या मनात एका विशिष्ट विचारांच्या चक्रात अडकून आलेलं होतं. एका बाजूने चुकीच्या पद्धतीचे विचार मला वेदना देत होते आणि त्यामुळे मी लिहिलं. हा शाप वगैरे काही नाही, हे मला माहित आहे.

जसं तुम्हाला माझ्याबद्दल काही गोष्टी कळत नाहीत, तसंच मलाही कित्येकदा मन द्विधा अवस्थेत घेऊन जात होतं. काय हरकत आहे, असं कल्लोळात असायला? भविष्याबद्दल माहित नाही, हेच जीवनाचं गूढ जगण्याला अर्थ देते. जीवन एखाद्या कुठल्याही खेळासारखं आहे. खेळाच्या प्रत्येक टप्प्याचा आनंद घेतला की अंतिम काय होणार याची आसक्ती, भीती, चिंता उरत नाही." तो बोलत असताना त्याच्या बोलण्यातला खोल अर्थ आणि समंजसपणामुळे पालकांना समाधान मिश्रित आश्चर्य वाटत होते.

त्याच्या आत्महत्येच्या प्रयत्नांतून तो वाचल्यानंतर त्याच्यासह संपूर्ण कुटुंबालाच पुनर्जन्म झाल्यासारखे वाटत होते.

***

त्याने पुन्हा आपल्या सुसाईड नोट बद्दल सगळ्यांना जाहीर केले.

"माणूस स्वतःला ओळखण्यात चूक करतो.आत्महत्या करताना जे विचार माझ्या मनात आले होते ते तेव्हा मी झालेल्या उध्वस्तपणाने आले होते.आत्महत्येतून वाचल्यानंतर मला जणु पुनर्जन्म मिळाला.माझ्या सुसाईड नोट मधील विचार मला दुरुस्त करायचे आहेत. माझे जीवन हे काही शापित जीवन नाही. मी जो आहे त्याचा मला आनंद आहे. आपल्या प्रत्येकाच्या जीवनाला आपण जसे आहोत,जे आहोत त्याला एक अर्थ आहे. संघर्ष हा जीवनाचा भाग असेल तर मला आता आनंदाने संघर्ष करायचा आहे. उलट माझ्या आयुष्यात जास्त अडथळे असतील तर ती मला आनंदाने पार करायची आहेत.मी स्वतःला बदलणार नाही. तुम्हाला माझ्यामुळे त्रास होत असेल तर तुम्ही मात्र माझ्याशी संबंध तोडू शकता.त्याचा मी आदर करेन. ही पुनर्जन्माची मिळालेली अनोखी देणगी मला अर्थपूर्ण जगण्यात वापरायची आहे."

अफलातून..
आई..

(पूर्वप्रसिद्धी -माहेर फेब्रुवारी २०२१)

सायंकाळची वेळ असली तरी अंधारून आलं होतं.ढग काळवंडले होते. संजीवनी या बाहेरच्या कल्लोळाला आतील शांततेने अनुभवत होती. अशातच दारावर थाप ऐकू आल्याने संजीवनीने जाऊन दार उघडले.दारात अश्विन दिसणं हे तिच्यासाठी अनपेक्षित होतं.तिच्या चेहऱ्यावर आपसूक आनंद दाटला.

"आई,सरप्राईज द्यायचं म्हणून न कळवता आलो.." थोडंसं अवघडून,पण आनंदी चेहऱ्याने अश्विन म्हणाला.

संजीवनीने आनंदी चेहऱ्याने स्मितहास्य केले.इतक्या दिवसात न झालेल्या भेटीत त्याच्या बाह्य स्वरूपात झालेला बदल शांतपणे टिपून घेतला.

"जा ...बॅग ठेव आणि फ्रेश हो आधी." संजीवनी त्याला म्हणाली.

घरात आल्यावर तो बॅगेतून कपडे काढून बाथरूम मध्ये गेला.

"मी एकटीपुरतेच जेवण बनवत होते. तुझ्यासाठी वाढवते रे." संजीवनी म्हणाली.

"काहीतरी हलकं कर आई. मला जास्त भूक नाहीये." त्याचा आवाज आला.

प्रवासाहून आला की नेहमीचं त्याचं हे उत्तर ऐकून संजीवनीला हसू आले.

संजीवनी आणि अश्विन एकत्र जेवण करू लागले. आल्यापासून अश्विनला आपल्या आईच्या बाह्य कृतीत, वर्तवणुकीतला बदल स्पष्टपणे कळत होता. याचबरोबर आतील स्थिरपणाची भावनाही त्याला जाणवत होती. 'आपण इतक्या दिवसांनी, तब्बल काही वर्षांनी या घरात आल्यावर घरातही बदल घडला आहे. घरात बरीच व्यक्तिमत्व विकासाची, स्व: मदतीची पुस्तके आली आहेत.' अश्विनच्या मनात हळूहळू सर्व गोष्टींची नोंद होत होती. तिने अश्विनला ख्यालीखुशाली विचारली, पण त्यात अश्विनबद्दलचा अति काळजीपणा नव्हता.

जेवण झाल्यावर वरवरच्या गप्पा झाल्या आणि अश्विन प्रवासाच्या थकव्याने लगेचच आडवा झाला. आई आणि मुलाच्या नात्यात पडलेल्या दरीमुळे अश्विन तिला तब्बल अडीच-तीन वर्षांनी भेटत होता. इतक्या वर्षांनंतर भेटून संजीवनी आनंदली होती, हे त्याला दिसत होतं. तरीही तिच्या आतला काहीतरी झालेला बदल त्याच्यापर्यंत पोचल्याशिवाय राहत नव्हता. त्याचं त्याला आश्चर्यही वाटत होतं.

दोन दिवस गेले आणि त्याला हा फरक प्रकर्षाने समजत गेला.दोन दिवसात काही अट्टाहास नाही,की काळजीपोटी अश्विनला काही बोलणं नाही.

"आई, असं काय झालं की तू इतकी बदललीस?" अश्विनने अगदी न राहवून हा थेट प्रश्न विचारलाच. या वाक्यासरशी तिच्या चेहऱ्यावर मंद स्मित दाटलं. ती अश्विनच्या डोळ्यात काही क्षण पाहत त्याला म्हणाली, "प्रेमानंच मी बदलले.."

तसं अश्विन तिच्याकडे प्रश्नार्थकपणे आश्चर्याने बघू लागला. त्याला भूतकाळ आठवू लागला.

***

"अरे मी प्रेमापोटी बोलतेय. आई आहे मी तुझी. मला काळजी नाही वाटणार का याची?"अश्विनला परगावात नोकरी लागली आणि ती करण्यासाठी घर आणि गाव सोडून जाण्यापेक्षा इथेच काहीतरी बघ,असं संजीवनीचं मत होतं.ते त्याला मान्य

नव्हतं आणि आईच्या अशा वागण्याचं त्याला आश्चर्य वाटत होतं. 'इतरांच्या पालकांना मुलाबद्दल अशा वेळी अभिमान वाटला असता आणि आपली आई मात्र स्वार्थी विचार करतेय' अशी तुलना त्याने मनोमन केली.

शेवटी अश्विनने खूप समजवल्यावर कशीबशी ती तयार झाली. पण सतत संजीवनीला त्याची काळजी वाटायची.

तो गावाला कधीतरी आला तरी संजीवनी त्याची काळजी वाहायची.जेवणाच्या बाबतीत त्याच्यात बदल झाला होता, नोकरीनिमित्त बाहेर असल्याने त्याला नीट काही खायला प्यायला मिळत नसेल म्हणून संजीवनी त्याला सतत काही ना काही खाण्याचा आग्रह करायची.त्याच्याही नकळत त्याचं इतरांसोबतचं बोलणं ऐकून नंतर ती काहीतरी सल्ले द्यायची.छोट्या छोट्या गोष्टीतली इतकी काळजी बघून त्याला भीती वाटायची. या अतिप्रेमाचाच अश्विनला त्रास होऊ लागला.

"तुझं खाणं कमी झालं आहे.नीट जेवत नाहीस तू." नेहमीच्या अशा बोलण्याला कंटाळून एकदा अश्विननं चिडून म्हटलं,

"तुझ्या या काळजी घेण्यानं मला बरं नाही वाटत, उलट त्याचा त्रास होतो.आणि माझ्याबद्दल विचार न करायला मी लहान नाही.सारखं सारखं काय आहे तुझं ?"

"अरे तुझ्याच चांगल्यासाठी सांगतेय ना?"

"मीही तेच सांगतोय, माझं चांगलं कळतं मला.मी लहान नाही."

अश्विनच्या या बोलण्यानं संजीवनीला दुःख झालं.

एके दिवशी संजीवनीने येऊन अश्विनला प्रसाद दिला.त्यानं कसला प्रसाद आहे, हे विचारलं तेव्हा ती म्हणाली,

"अरे, तुला नोकरीत प्रमोशन आणि पगारवाढ होण्यासाठी मी नवस केला होता."

"तुझी पण ना कमाल आहे आई....कष्ट मी केले, त्या नवसानं काय होणार आहे." त्यानं हसत म्हटलं.

"देवावर विश्वास असला पाहिजे, त्याच्या. मर्जीनं सगळं होतं."

"बर, तुझ्या मनाचं होऊ दे समाधान."

अश्विनचा मूड चांगला दिसतोय हे बघून ती पुढे म्हणाली,

"तुला पण एक छोटी गोष्ट करायचीय.तू ४ शनिवार उपवास करणार असंही मी बोलले होते." यावर अश्विनच्या डोक्यात एक तिडीक येऊन गेली. पोटात भीतीची कळ आल्यासारखं झालं.

"आई, तुला जो काही गोंधळ घालायचा आहे त्यासाठी मी काहीच विरोध केला नाही. पण त्यात मी काही करण्याची तू अपेक्षाही करू नकोस." अश्विन उद्वेगाने रागात म्हणून निघून गेला.

संजीवनीला एकदम रडू कोसळलं.

अश्विन मात्र या सगळ्याला कंटाळून गेला ते नोकरी असणाऱ्या शहरातून परत येईनाच. संजीवनीचे फोनही उचलेना. यामुळे ती दुःखात बुडाली.भर दिवसाही तासंतास झोपू लागली. अश्विनने तिच्याशी संपर्क तोडल्याने तिला आपल्या जगण्यातला अर्थ हरवल्यासारखं झालं. स्वप्नही पुत्र वियोगाची पडू लागली. मन कोलमडल्याचा परिणाम तिच्या शरीरावरही झाला. काहीही करण्याचा तिचा उत्साह निघून गेला. तिच्या घराजवळ राहणाऱ्या जवळच्या काही मैत्रिणींना ती आपलं दुःख वारंवार सांगून अश्रू ढाळू लागली.

"तुमचाच मुलगा आहे तो, आईची किंमत कळाली की येईल पुन्हा तुमच्याजवळ."
"काळ आणि वेळ बदलते. हेही दिवस बदलतील.पण तुम्ही असं कोलमडून जाऊ नका." अनेकांनी तिला धीराचे शब्द दिले.

***

अश्विन भूतकाळातल्या प्रसंगांतून भानावर आला. 'आईच्या अतिप्रेमाने आपल्याला असह्य झालं होतं मग ती कसल्या प्रेमानं बदलली?' अश्विनच्या मनात प्रश्न होताच.

संजीवनी सांगू लागली, "दीड वर्षापूर्वीची गोष्ट.एका व्यक्तीवर माझं प्रेम बसलं." पुन्हा अश्विन थक्क झाला.आपण ऐकलं तसंच आणि तेही आपली आईच हे म्हणाली का अशा नजरेने तो स्तब्धपणे आईकडे बघू लागला.

"मी एका व्यक्तीच्या प्रेमात पडले हेच म्हणाले मी. तू १२ वर्षाचा होतास रे जेव्हा तुझे वडील गेले.या नैसर्गिक भावना दाबून टाकल्या म्हणजे त्या दबून राहतात का? मी ते उघडपणे सांगतेय इतकंच...

आमच्या दोघांच्या बोलण्यातून त्याचंही माझ्यावर तितकंच प्रेम असल्याचं मला वाटलं. एकदा मी त्याला ते व्यक्त केलं, पण त्याला मी त्या अर्थाने आवडत नव्हतेच...मी हिरमुसले. मी त्याच्याशी संपर्क तोडला. पण तो मुद्दाम भेटून एकदा मला म्हणाला, माझ्याप्रती प्रेम व्यक्त करायला तुला अवघड गेलं असेल तरीही तू ते व्यक्त केलंस. या गोष्टीचा मी आदर करतो. तू स्वतःशी प्रामाणिक आहेस. मनात जे आहे ते व्यक्त करणं चांगली गोष्ट आहे. तुझं माझ्यावर प्रेम असण्याला माझी काही ना नाही." त्याच्या या समजावण्यानं मी खुशालून गेले..

एकदा मी त्याला म्हणाले, "तू अफलातून आहेस. तू सोबत नसूनही असे वाटते तू सोबत आहेसच."

"म्हणजे तुला असं म्हणायचं आहे की मी तुझ्यातच आहे.पण हे कसं शक्य आहे? तू तर तूच आहेस. आणि जिथे तुला वाटतंय मी अफलातून आहे, ती भावना, तो भाग तुझाच आहे. मग याचा अर्थ तूच अफलातून नाहीस का?" तो म्हणाला आणि मी खोलवर विचार करू लागले.

कुठलीही एखादीच घटना आपल्याला बदलू शकते, याचा मला त्या दिवशी प्रत्यय आला. काहीतरी नवीनच उकल झाल्यासारखं मी याचा विचार करू लागले. दुसऱ्या दिवसापासून त्याने सांगितलेले हे शब्द आठवताना असं वाटलं, खरंच सगळं आपल्या आतच आहे. शोध मात्र बाहेर चालू आहे. जगातल्या प्रत्येक नातेसंबंधात हेच तर होत असते... आपल्या आईसोबत राहता येत नाही हा तुझा सुद्धा त्रास होताच की." आपल्या आईकडून इतकं मोठं तत्वज्ञान ऐकताना आणि

उघडपणे व्यक्त होताना पाहून त्याला समाधान वाटत होतं.

काही क्षण शांततेत गेले. मग अश्विन म्हणाला,

"बरोबर आहे तुझं म्हणणं आई! मी तुझ्यापासून लांब जायला लागलो त्याचा मलाही त्रास होतच होता. पण जवळ असल्यावर माझ्या छोट्या छोट्या गोष्टींवर तुझं लक्ष ठेवणं, सारखं सारखं काळजी करत राहणं याचीच मला चीड यायची. मला त्रास व्हायचा, भीती वाटायची. मी तुझ्याशी संपर्क तोडल्यावर मला शेजारच्या साठे काकूंनी फोन करून 'तुझी प्रकृती ठीक नाही, माझ्यामुळे तू दुखी आहेस.' असं सांगितलं. हे ऐकून तर मला जास्तच भीती वाटली. स्वतःबद्दल अपराधीपणाची भावना मनात निर्माण झाली. मी नंतर फोनवर बोलून तुला समजावलं, पण माझं तुला येऊन भेटण्याचं धाडस झालं नाही."

"ते नंतर उमजत गेलं मला. अतिप्रेमामुळे मी तुझेच पंख छाटत होते.

तू माझा मुलगा आहेस हे बरोबरच, पण मग सतत एक आई म्हणून तुझ्यावर अपेक्षा लादत राहायचं? माझं स्वतःचं काही आयुष्य आहे का नाही? एक आई म्हणून जगणं आणि तुझ्याकडून सतत अपेक्षा करणं, एवढंच माझं ध्येय आहे? माझं वैयक्तिक काही ध्येय आहे का नाही? ते अजून एका व्यक्तीवर प्रेम जडल्यावर कळालं.त्यानं मला स्वताच्या आयुष्याचा अर्थ शोधण्यास भाग पाडलं.

मला समजत गेलं, खूप काही आहे करण्यासारखं.एकुलता एक मुलगाच म्हणजे माझं सर्वस्व, हा मीच निर्माण केलेला एक भ्रम होता..."

हे ऐकताना आपली आईच नक्की बोलतेय का हा आपल्याला भास होतोय, असं अश्विनला पुन्हा पुन्हा वाटत होतं.

"हो. हा भ्रम...मनानं निर्माण केलेल्या या दुःखातून मला बाहेर पडायचं होतं. माझी सगळी ऊर्जा मी तुझ्याबद्दल विचार करण्यात घालवत होते.आपल्या जवळच्या व्यक्तीशिवाय आपण अपूर्ण असतो, असं आपल्याला वाटतं .पण हे पूर्णत्व इतर गोष्टीतूनही मिळू शकतं.आपलं ध्येय, आपली स्वप्नं मोठी ठेवली तर काही दुःखं आपोआप बाजूला पडून जातात बघ."

"आई, कुठलं स्वप्नं सापडलं तुला?" अश्विन अगदी स्थिरपणे आईकडे बघत म्हणाला.

संजीवनी म्हणाली, "फक्त आई हे नातं सोडून माझं अजून कुठलं ध्येय आहे, जे माझं आयुष्य उजळून टाकेल ? हे शोधण्याचा मी प्रयत्न केला." या वाक्याने अश्विन अजूनच आवासून आपल्या आईकडे बघू लागला. ती पुढे बोलू लागली.

"मी स्वतःचा दिनक्रम आखून घेतला. माझ्यासारख्या एकल असणाऱ्या व्यक्तींचा गट बनवला. आठवड्यातला एक दिवस फक्त सामाजिक कामासाठी ठेवला. आपण इतरांसाठी काहीतरी करू लागलो, की आपोआप एक ऊर्जा मिळत राहते. ते करताना आपण आपल्या विचारांतून बाहेर पडून दुसऱ्यासाठी विचार करत असतो.हे करत असताना लक्षात येत गेलं की अर्थपूर्ण आयुष्य जगणं सोपं आहे."

आपली आई स्वतंत्र झालेली पाहून त्याला स्वतःला मोठं स्वातंत्र्य मिळाल्यासारखं वाटत होतं.

काही क्षण अबोलपणे गेले.

संजीवनीने नजर एका जागी स्थरावली आणि ती म्हणाली,

"अनेक नाती जितकी घट्ट असतात, त्यात तितकीच पारतंत्र्याची एक बेडी असते. आई आपल्या मुलावर निरपेक्ष प्रेम करतेच, पण त्या प्रेमातही मुलावर एक पारतंत्रता लादली जाते. ती आपल्या मुलालाच सर्वस्व समजते, आणि यात ती आपलं स्वत्व विसरते. यात तिला कळतच नाही, ती स्वतःसाठी आणि मुलासाठीही एका बाजूला दुःखाचं संचितही साठवत राहते. ह्यामुळेच आई गेल्यानंतर त्या आठवणी मुलाला वेदनेत आणि अश्रूत नेतात. मी ह्या नात्याच्याच माझ्यापुरत्या कक्षा बदलायच्या इतकं उत्तुंग स्वप्न पाहिलं आहे. माझ्या पश्चातही माझ्या येणाऱ्या आठवणी सुंदर असाव्यात, त्यातून तुझ्या डोळ्यात आनंदाश्रू ओघळावेत.मात्र त्या आठवणीत वेदना, पश्चाताप नसावा, यासाठी मीच प्रयत्न करायचं ठरवलंय. बघू, मी कशी निभावू शकते...

I love you, but I do not need you… एकाच ओळीचं तत्त्वज्ञान, जीवापाड

त्याचा मी सराव करतेय...”

संजीवनी बोलून थांबली. आपल्या आईनं आपल्या आयुष्याला अशा पद्धतीचा शोधलेला अर्थ ऐकून अश्विनचे डोळे समाधान आणि आईच्या अभिमानाने ओले झाले.

आत्मसाक्षात्कार

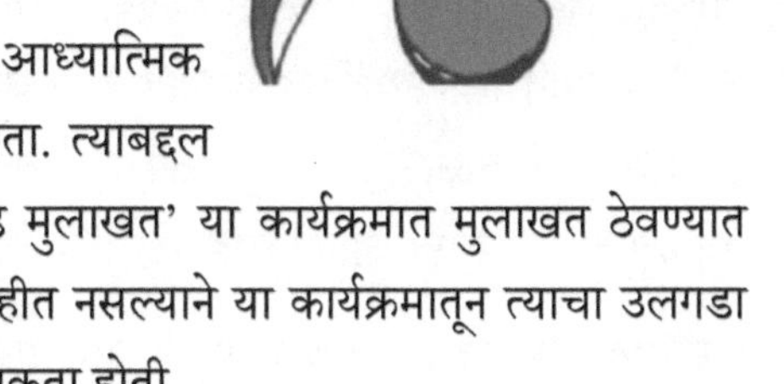

(पूर्वप्रसिद्धी- माहेर एप्रिल २०२२)

आध्यात्मिक मार्गात आमूलाग्र प्रगती करून अनेकांना शांततेचा मार्ग सांगणाऱ्या अस्मिता दीदींना 'महिला सन्मान' पुरस्कार मिळाला. आयुष्यातील खडतर प्रवास करून जवळपास दोन दशकाच्या प्रयत्नाने दीदींनी आध्यात्मिक आत्मसाक्षात्कार मिळवलेला होता. त्याबद्दल त्यांची एका वाहिनीतर्फे 'परखड मुलाखत' या कार्यक्रमात मुलाखत ठेवण्यात आली. दीदींचा संपूर्ण प्रवास माहीत नसल्याने या कार्यक्रमातून त्याचा उलगडा होईल, म्हणून सर्वांना त्याची उत्सुकता होती.

कार्यक्रम सुरु झाल्यावर मुलाखतदार अर्शदने उपस्थित प्रेक्षक आणि दीदींचेही स्वागत केले. पुढे तो म्हणाला, "आध्यत्मिक मार्गात आत्मसाक्षात्कार मिळवल्याबद्दल सर्वांच्याच मनात तुमच्या प्रवासाबद्दल उत्सुकता आहे. तर याची सुरुवात कुठून झाली? काही आधीच संदेश मिळाला, की कुठला चमत्कार ?"

या प्रश्नाचे उत्तर सांगताना अस्मिता दीदींना जणू आपला जीवन प्रवास डोळ्यासमोर दिसू लागला.

***

अस्मिताचा जन्म एका खेडेगावातला. बारावीची परीक्षा पूर्ण होत नाही तोवरच तिचं लग्न लावण्यात आलं. जोडीदाराच्या अपेक्षा, संसाराची तयारी या सगळ्या गोष्टींची जाणही नसताना ती संसारात पडली. तरीही दोघांमध्ये प्रेम बहरलं आणि संसाराला गोडी आली. आपला जोडीदार म्हणजे आपले सर्वस्व, या भावनेने ती संसारात रमली. मात्र या बहरलेल्या संसारवेलीत नियतीने ठरवलेले एक अनपेक्षित वळण आले. लग्नाला दोन वर्ष होत आली, त्याचवेळी एका भीषण अपघातात तिच्या पतीचा मृत्यू झाला. या अनपेक्षित धक्क्याने अस्मिता उध्वस्त झाली. अशा भयानक परिस्थितीतून कशी वाट काढायची, तिला काही काही समजत नव्हते. सासरच्यांनी पती गेल्यावर तिला माहेरीच पाठवून दिले. समाजाच्या चौकटीत बांधून घेतलेल्या तिच्या आई-वडलांना तिच्या पुनर्विवाहाचा मार्ग सुचला नाही. अस्मितामध्ये कुठलाही निर्णय घेण्याची जाणीव, धाडस नव्हते.

माहेरीच राहिलेल्या अस्मिताला सुरुवातीला आई-वडलांनी धीर दिला, पण नंतर त्यांच्या नजरेला ती खूपू लागली.वडलांनी तिला ऊठसूठ टोमणे मारायला सुरुवात केली. ते रागात कधीकधी तिला मारहाण करायचे. आपल्याच रक्ताच्या नात्यातल्या माणसांच्या या त्रासाला कंटाळून तिने आई-वडलांचं घर सोडलं आणि गावात जवळच दुसरीकडे एक खोली भाड्याने घेऊन तिकडे एकटीच राहायला लागली.

तारुण्यात असं एकटं राहायची पाळी आल्याने ती सैरभैर झाली. आपल्याला जोडीदाराची गरज आहे, हे भासूनही असा विचार करणं चुकीचं आहे, म्हणून ती भावना दाबून टाकू लागली.

कालांतराने ती पती गेल्याच्या दुःखातून हळूहळू बाहेर पडली आणि गावातल्या वातावरणात रमली.मिळेल त्यांच्याकडे शेतात कामाला जाऊन ती स्वतःचा उदरनिर्वाह भागवू लागली. तिनं स्वतःला कामात व्यापून घेतलं, परंतु कधीकधी

एकटेपणाच्या वेदना वर आल्या की एक एक रात्र सरताना ती रात्र तिला युगासारखी वाटायची. गेलेल्या पतीचा फोटो बघून त्याच्या आठवणीने काळीज फाटल्यारखं तीव्र वेदनेने ती रडायची. कित्येकदा रात्री तिला भय गिळंकृत करू पाहायचं.श्वास कोंडल्यासारखा होऊन मध्यरात्रीच तिला जाग यायची. गल्लीतलं कोणी भेटायला आलं तर पती गेल्याचं दुःख ती बोलून दाखवायची, परंतु अशा अवस्थेत नव्या जोडीदाराची असलेली गरज तिच्या आतच दबलेली असायची.

"शेवटी ज्याचं कुणी नसतंय, त्याचा देव असतोय. भक्ती मार्गात ये. दर आठवड्याला मंदिरात भजन, कीर्तन असतंय." तिच्या एका मैत्रिणीच्या सल्ल्याने तिने भक्ती मार्ग पकडला.

***

"म्हणजे भक्तिमार्गातून तुम्हाला आत्मसाक्षात्काराची दिशा मिळाली का?" इथपर्यंतचा दीदींचा प्रवास ऐकल्यावर अर्शदने त्यांना विचारले.

"नाही. त्या मार्गाने मला शांतता, स्थिरता दिली. परंतु त्यातून ही अवस्था प्राप्त होण्याची दिशा मिळाली, असं मी म्हणाले तर ते प्रामाणिक उत्तर ठरणार नाही."दीदींच्या या उत्तराने आता नक्की कुठल्या मार्गाने त्यांना ही अवस्था प्राप्त झाली म्हणून अर्शद आणि सर्व प्रेक्षकांच्या मनात उत्सुकता निर्माण झाली.

"भक्तिमार्गावर मिळू लागलेल्या ज्ञानामुळे, प्रवचनात सांगितलेल्या ध्यानाच्या सरावामुळे माझ्यात फरक पडू लागला. शारीरिक आणि मानसिक स्वास्थ्य सुधारलं. तथापि ही अवस्था दीर्घकाळ टिकायची नाही. कधीतरी एकटेपणाचे वादळ आले की भीती, दुःख याने पुन्हा मी व्यथित व्हायचे,

अशातच एकदा कामाला जाणाऱ्या ठिकाणी एका पुरुषाशी माझी ओळख झाली. कामानिमित्त आम्ही रोज बोलू लागलो. आमच्यात चांगली मैत्री झाली, परंतु त्याही पुढे माझ्याही नकळत मी त्याच्या प्रेमात पडले. 'त्याचंही आपल्यावर प्रेम आहे का, हे विचारायचं धाडस कर', असं माझं एक मन मला सारखं सांगायचं. पण सामाजिक भीतीमुळे मी त्याला विचारायचं धाडस शेवटपर्यंत केलं नाही. रोज रात्री

या एकतर्फी प्रेमात मी शरीर-मनाच्या वेगवेगळ्या अवस्थेत व्याकूळ होत राहिले. तिथलं मजुरीचं काम संपल्यावर आम्ही पुन्हा एकत्र भेटणार नाही, याची मला जाणीव झाली. तेव्हा आपल्या या मखमली, प्रामाणिक भावना आपण त्याला बोलूनही दाखवल्या नाहीत म्हणून मी एकांतात स्वतःला दोष देत हृदय पिळवटल्यासारखं रडले.

एके दिवशी आरशात मीच मला पाहत असताना लक्षात आले, मी चाळिशीपर्यंतही पोचले नाही तरीही माझा चेहरा सुकून अकाली वार्धक्य आल्यासारखा दिसत आहे. त्या दिवशी कितीतरी वेळ मी विचार करत बसले, 'माझ्या आयुष्याला काय अर्थ आहे? मूल-बाळ नाही, जोडीदार नाही. आयुष्याने साध्या अपेक्षाही पूर्ण केल्या नाहीत. या समाजाचं मी काय देणे लागते की पुनर्विवाहाचं पाऊल उचलू शकत नाही? साधी माझीच ही इच्छाही कधीकधी मीच मान्य करत नाही?'

मग पुन्हा अनेक प्रश्न मनात घेऊन उत्तराच्या शोधात माझं आध्यात्मिक, ध्यानाच्या निगडीत वाचनही चालू झालं. वाचनानं आणि ध्यानाच्या सरावानं आलेल्या ज्ञानानं अजून एक गोष्ट घडली. अशाश्वत आयुष्याची मला आतून जाणीव झाली. खऱ्या अर्थानं माझ्यातलं मृत्यूचं भय हळूहळू नाहीसं झालं. त्यामुळे जीवनाला एक वेगळीच उभारी मिळाली. "बोलता बोलता दीदी काही क्षण शांत झाल्या.

"मृत्यूचं भय नाहीसं होणं, ती जाणीव आतून होणं, ही किती मोठी गोष्ट आहे. वाचन-ध्यानातून आलेली ही जीवनाच्या क्षणभंगुरतेची आत्मजाणीव तुम्हाला आत्मसाक्षात्काराकडे घेऊन गेली का?" अर्शदने पुन्हा उत्सुकतेने विचारले.

"तो एक टप्पा म्हणता येईल. परंतु त्यापेक्षा पुढे अजून एक महत्त्वाची गोष्ट घडली. "दीदी पुन्हा एवढं बोलून स्मितहास्य करत बोलायच्या थांबल्या. अजूनही नक्की आत्मसाक्षात्कार घडणारी ती कुठली गोष्ट आहे, हे ऐकण्यासाठी प्रेक्षकांची उत्सुकता अजूनच ताणली गेली. दीदींनी एक दीर्घ श्वास घेतला. त्या पुढे बोलू लागल्या.

"जीवन आपल्याला हवं तसं घडत नाही आणि ते न समजूनच आपण व्यथित होत

राहतो. शरीर आणि मन मरते, परंतु आत्मा नाही. वाचनात आलेल्या अशा गोष्टी अनेकांना माहीतच असतात. परंतु त्या आचरणात का येत नाहीत? माझेही तेच घडत होते...

एकदा वाचन करताना आध्यात्मिक पुस्तकात मला एक संदर्भ सापडला. 'तंत्र' ही आपल्याकडची जुनी पद्धत. मनुष्य जसा आहे, त्याच्यातील राग, लोभ, भय, संभोग या सगळ्या भावना जशा आहेत तशा स्वीकारून मग त्यावर जणू विजय मिळवण्याची पद्धत.पुन्हा सांगते, भावना दाबून ठेवून दुसऱ्या मार्गाकडे नाही, तर ती स्वीकारून त्याची परिवर्तन करण्याची ही पद्धत आहे. या पद्धतीत 'आदर्श' माणूस कसा असला पाहिजे यावर भर नसून जे आहे ते स्वीकारणं यावर भर आहे. राग, लोभ, संभोग या भावना दाबून ठेवणं हा त्या भावनांतून सुटण्याचा मार्ग नाही, तर त्या भावना स्वीकारणं ही 'तंत्र' मध्ये सांगितलेली पहिली पायरी. याचा मी खूप अर्थपूर्ण विचार केला. खूप अभ्यास केला. लक्षात आलं, आपण ह्या भावना चुकीच्या म्हणून त्या दाबून मन दुसरीकडे वळवण्याचा प्रयत्न करत होतो, पण त्या खोलवर आत कुठेतरी लपलेल्या होत्या. कधीतरी त्या भावना माझ्याही नकळत उफाळून वर यायच्या. त्यातून सुटका मिळाली नव्हती.सुटका मिळवण्यासाठी मी त्या भावना आधी पूर्णपणे स्वीकारल्या. एक माणूस म्हणून माझ्यात त्या सर्व भावना आहेत, हे मी मान्य केलं. मग त्या भावना स्वीकारल्यावर मी 'संभोग' या पद्धतीचा अवलंब केला. ...त्या पद्धतीचा सराव केला आणि तो उपयुक्त ठरला. माझी सर्व भावनांतून सुटका झाली, आणि ही पद्धत मला आत्मसाक्षात्काराकडे घेऊन गेली." दीदींचा हा खळबळजनक खुलासा ऐकून प्रेक्षक गोंधळले, काहीजण त्या काहीतरी विचित्र-वाईट बोलत आहेत म्हणून आपापसात कुजबुज करून नापसंती दर्शवू लागले.

अर्शदने प्रसंगावधान राखून विचारले , " 'संभोग' मार्गाचा अवलंब? पण तुम्हांला तर जोडीदार नव्हता... म्हणजे तुम्ही हा अनुभव घेण्यासाठी...." अर्शदच्या बोलण्याचा रोख लक्षात येऊन दीदी म्हणाल्या,

"नाही, यासाठी मी जोडीदार निवडला नाही. कोंडलेल्या वातावरणात ते शक्य

नव्हतं. पण जोडीदाराशिवायही त्या मार्गातून समाधी पर्यंत पोहोचण्याची एक पद्धत मी वापरली. अर्शदजी आणि इथे असलेले सर्वजण, मला सांगा समाधी अवस्था म्हणजे काय? तर समाधीत आपण वेळ आणि स्वत्व हे सोडून वेगळ्या दुनियेत जातो.. टाईमलेस आणि इगोलेस. आपण फक्त त्या एका वर्तमान क्षणात असतो. दिव्य प्रेम अनुभूतीमध्ये तेच होते, परंतु काही काळापुरते. त्याचा अनुभव आपण लक्षात ठेवला, नीट समजून घेतला की आपण मग संभोगाच्याही पलीकडे जातो,त्याची गरज उरत नाही.

तर मी सराव करताना रात्री डोळे झाकून झोपले की दोन भुवयांच्या मधोमध पहायचे. माझ्या पती सोबतची आधीची घडलेली प्रेम अनुभूती आठवायचे आणि तो माझ्यासोबत आताही तसंच प्रेम करतोय, याची कल्पना करायचे. ही कल्पना करता करता एक वेळ अशी येते, की आपल्यासोबत जोडीदार आहेच, असे वाटू लागते.

काही वेळा अनेक अडथळे येऊनही मी चिकाटीने, संयमाने सराव करत राहिले. शेवटी या जोडीदाराशिवायच्या सरावाच्या पद्धतीने मला नवे स्वातंत्र्य मिळाले. ती भावना, त्यातील टाईमलेस आणि इगोलेसची मला जाणीव झाली. या अनुभूतीत मी भूत आणि भविष्य विसरून फक्त त्या वर्तमान क्षणात राहू लागले. स्वत्व हरवले की आत्म्याची अनुभूती येत गेली ,वेळ हरवली की देवत्वाची अनुभूती येत गेली. त्यातून खरंच मी राग, लोभ, भय आणि संभोगाच्याही पलीकडे गेले. ही काही वेळापुरती येणारी अशीच अनुभूती ध्यानातून दीर्घकाळ येऊ शकते, याची खोलवर जाणीव झाली.. ध्यान करताना प्रात्यक्षिक रीत्या खूप फायदा झाला.... आणि मग त्यातून मला आत्मसाक्षात्कार झाला... माझ्या आत शांतता प्रस्थापित झाली. आता मी फक्त वर्तमानातील आताचा दिव्य क्षण जगते..मनातील असंख्य प्रश्न कधीच विरघळून गेले आहेत. मला ध्यान आणि शांततेचा प्रकाश इतरांपर्यंत पोहचवता येतो, कारण माझ्या आतच आता स्थिरता आहे."

दीदी सांगत असताना त्यांचा शब्द आणि शब्द प्रेक्षक लक्ष देऊन ऐकत होते. त्यांच्या स्पष्ट वक्तव्यानंतर प्रेक्षकांमधील अनेकांची शंका दूर झाल्याने ते

कुजबुजायचे थांबले होते. अर्शदही काही क्षण त्यांच्या शांत आणि स्पष्ट बोलण्यात हरवून गेला होता.

काही वेळेच्या शांततेनंतर तो म्हणाला ''अगदी स्पष्टपणे तुमच्या संपूर्ण प्रवासाबद्दल तुम्ही खुलासा केलात, त्याबद्दल दीदी तुमचे मनापासून आभार. तुम्हाला इथल्या तसेच घरातून हा कार्यक्रम बघत असलेल्या सर्वच प्रेक्षकांना काही संदेश द्यायचा आहे?''

''माझं या भावनेचं रूपांतर झालं, ते ही भावना दाबून नाही. तर त्याचा स्वीकार करून आणि त्याचाच उपयोग करून.जी प्रेम भावना एका व्यक्ती प्रती वाटायची, त्याचं रूपांतर संपूर्ण जगाच्या प्रेमाप्रती झालं. हे रूपांतर अवर्णनीय आहे. यावरून तुमच्या लक्षात आलं असेल, खरंच जर आपल्याला सत्याच्या मार्गाने चालायचं असेल, तर माणूस म्हणून आपल्यातल्या कुठल्याही भावनेचा तिरस्कार करता कामा नये. कोणाला कुठल्या मार्गातून सत्य सापडेल,हे सांगता येत नाही. कदाचित मी वेगळ्या वातावरणात असते, तर पुनर्विवाहाची वाट निवडली असती आणि नरकासारख्या भोगलेल्या एकटेपणातून कधीच बाहेर पडले असते. आपण मृत्यूनंतरच्या जीवनाचा अभ्यास करत आहोत, पण जगण्यात काय आहे याचा स्वीकार का नाही करत? बहुतांश माणसांमधील मानसिक आजाराचं कारण त्यांच्या आयुष्यातील समाजाने लादलेलं 'भावनांचं सप्रेशन' आहे, हे नाकारून चालणार नाही. मी सर्वांना आव्हान करते, तुमच्या आयुष्यात तुम्हाला हवे तसे निर्णय निडरपणे घ्या. तुमच्यात जे आहे, ते सत्य आहे आणि समाज तुमच्यावर लादतो, ते असत्य असू शकते. तुमचे सत्य जगा. ''दीदी अगदी शांतपणे, सौम्यपणे म्हणाल्या. त्यांचा उजळलेला चेहरा जणू सर्वांपर्यंत प्रकाश पोहचवत होता.

त्यांची मुलाखत आता संपली होती, पण ती ऐकून कित्येकांना स्वतःचे 'सत्य' शोधण्यासाठी विचारमग्न केले.

नाळ

"तशा अर्थाने मला मुली नाही आवडत." माझा मुलगा, अनिकेत म्हणाला आणि मला नीट पटकन काहीच कळलं नाही. काही वेळाने मी एकटीच देवासमोर वाचन करायला बसले आणि अनिकेत काय म्हणाला हे परत आठवू लागले.तो काहीतरी वेगळंच बोलला, हे जाणवून अचानक घशाला कोरड पडली.माझा मुलगा असा कसा असू शकतो? गेल्या काही वर्षांपासून त्याला लग्नासाठी आम्ही विचारायला सुरुवात केली होती आणि अजून तयारी नसल्याचं तो सांगत होता, पण आज अचानक असं काय वेगळंच म्हणाला तो? विचारांनी ताबा घेतला आणि हातातला हरिपाठ तसाच खाली ठेवून दिला. माझे हात थरथरायला लागले. माझ्या शरीरातली सगळी ऊर्जा काढून कोणीतरी माझ्या आतमध्ये विष ओतलंय, अशा वेदना मला होऊ लागल्या.

थोड्या वेळाने माझा मुलगा घरी आला,तोपर्यंत माझ्या मनात एक आशावाद आला होता.

"अरे मेडिकल सायन्स एवढं पुढं गेलं आहे, व्यवस्थित होईल सगळं. चांगल्या डॉक्टरांना दाखवू... पप्पांना पण सांगू." तो काही वेळ शांत होता.मग म्हणाला,

"पप्पांना मी आधीच सांगितलंय.त्यांनी काय फार मनावर घेतलं नाही. ठीक होईल

सगळं म्हणाले.”

त्याच्या बाबांना त्यानं आधीच सांगितलं होतं? मग ते मला कधीच त्याबद्दल बोलले नाहीत. का? कदाचित त्यांना बोलायला अवघडलेपण वाटलं असेल.

रात्री आमचं बोलणं झालं आणि माझे मिस्टर मुलाला म्हणाले, “अजून तुझ्या डोक्यातून हे गेले नाही? अरे, निसर्गनियमाप्रमाणे असं काही नसतं. त्यामुळे आपोआप हे सगळं ठीक होईल.पण तुझ्या समाधानासाठी आपण डॉक्टरांना भेटूया.”

***

दुसऱ्या दिवशी ते दोघे आणि मिस्टरांचा जवळचा मित्र डॉक्टरांना भेटायला गेले. मी त्यांच्यासोबत गेले नाही. का गेले नाही, याचे कारण मला माहित नाही. माझे जाणे महत्वाचे नव्हते का? पण माझ्या मिस्टरांनी मला विचारले नाही आणि मीही काही बोलले नाही. ते जाऊन येईपर्यंत माझं कशातच लक्ष लागत नव्हतं. वेळ निघेना. देवाला प्रार्थना करत होते, त्याची अडचण ठीक होऊ दे. मनात पूर्ण आशावाद होता, मेडिकल सायन्स एवढं पुढं गेलं आहे, सर्व ठीक होईलच.

संध्याकाळी ते दोघं परत आले. आल्यावर ते माझ्याशी स्वतःहून काय झालं त्याबद्दल काहीच बोलले नाहीत. ते दोघे एकमेकांशीही काही बोलत नव्हते. आश्चर्य म्हणजे मलाही अशा बाबतीत पटकन विचारायला अवघडलेपण वाटत होतं. थोड्या वेळाने मिस्टर वॉकसाठी गेले. मुलाला कोणत्या शब्दांनी विचारू असे मनात ठरवत असताना मुलगाच मला म्हणाला, “डॉक्टरांनी सांगितले की जे आहे त्यात काही बदल होणार नाही. जे आहे ते चुकीचं नाही. मुलाला मुलगाच आवडणं हेही नैसर्गिक आहे.”

त्याच्या चेहऱ्यावर हे सांगताना समाधान का होते मला कळले नाही. हे ऐकून माझ्या हृदयात भीतीची कळ आली. ऐकून धक्का बसला होता, आणि आता बोलता बोलता त्याने एक गोष्ट मला नवीन सांगितल्याची माझ्या लक्षात आली. मुलाला मुलाची आवड? काय अर्थ याचा. याआधी त्याने मला ‘मुली आवडत

नाहीत', फक्त एवढेच सांगितले होते. आता मुलं आवडतायत? संकोचामुळे, भीतीमुळे मला आधी अर्धवट सांगितले होते? तो समोर असतानाच मी त्याला काहीवेळ प्रतिसाद न देता असे थिजून विचार करू लागले. काही वेळाने माझ्या डोळ्यातून पाणी आले आणि मी त्याला म्हणाले,

"मी कोणाचं काय वाईट केलं म्हणून हे असं भोगणं माझ्या वाट्याला आलं. एकुलता एक मुलगा,त्याचा संसार, नातू एवढंच स्वप्न होतं माझं." मला काही सुचत नव्हते. सर्वांग गळून गेल्यासारखं झालं होतं. माझ्या या बोलण्याने मुलाच्या चेहऱ्यावरील समाधान गायब झाले.

थोड्या वेळाने माझे मिस्टर वॉक वरून आल्या आल्या मी त्यांना खोल दुःखात विचारले, "अनिकेतने सांगितलं मला सगळं. काय उपाय आता यावर?"

त्यावर ते थकल्या चेहऱ्याने आणि अस्वस्थपणे म्हणाले, "माझं डोकं आता काम करत नाही. पण तू काळजी करू नकोस.त्या डॉक्टरांना काही पूर्ण माहिती नसेल. पुढच्या वेळेस काही महिन्यांनी तो गावाला आला की बघू. पण हे बदलेलंच, काळजी नको करू."

मी जरा आश्वस्त झाले, मात्र तिथं बसलेल्या माझ्या मुलाने काहीच प्रतिक्रिया दिली नाही.

'त्याला स्वतःला बदलायचे नाही.' असा काहीसा त्याचा चेहरा बघून माझ्या मनात शंका आली.

***

मुलगा कामानिमित्त पुण्याला गेला.

"मुलाला या आजारातून बाहेर काढायचंच. अनेक मार्ग असतात. आपल्या गावातले प्रसिद्ध ज्योतिष आहेत, त्यांना आपण काय काय अजून उपाय करायचे ते विचारूया." माझे मिस्टर मला एकदा म्हणाले आणि मीही त्यांना दुजोरा दिला. त्यांना आम्ही मुलगा लग्नाला तयार होत नाही, त्यासाठी काय काय करायचे हे

विचारले. त्यांनी आम्हाला बऱ्याच गोष्टी सांगितल्या. एक यादी लिहून दिली. आम्ही दोघेही आश्वस्त झालो. सर्व उपायांनी मुलगा ठीक होईल, याची मला आशा होती. आठवड्यातून एकदा गाईला अन्न देणे, सांगितलेला पूजापाठ म्हणणे अशा गोष्टी मी न चुकता करू लागले. याबद्दल आम्ही मुलाला काहीच सांगितले नाही. मुलगा लग्नाला अजून का तयार नाही, याबद्दल इतर कुणालाच काही माहित नव्हते.

काही महिन्यांनी मुलगा बऱ्याच दिवसांच्या सुट्टीला गावी आला.

"तुझ्यासाठी स्थळं येतायत. तू आहेस का तयार?" मिस्टरांनी अनिकेतला विचारल्यावर त्याने फक्त तुटकपणे "माझी तयारी नाही." असे उत्तर दिले.

"अरे सगळं होईल ठीक. लग्न झाल्यावर सगळं व्यवस्थित होईल. तुझ्या मनात फक्त भीती आहे, ती जाईल." मी अनिकेतला समजावण्याच्या सुरात म्हणाले.

"का व्यवस्थित करायचं? जसं मुलामुलींमध्ये प्रेम होतं, तसंच दोन मुलांमध्ये प्रेम होऊ शकतं. याला कशासाठी आणि कुणासाठी बदलायचं? ज्याला मुलगी आवडते त्याला बदलण्यासाठी जर उद्यापासून तुम्ही मुलावर प्रेम कर असं म्हणालात, तर त्याला किती त्रास होईल? तसाच त्रास मलाही होतो. मला नाही बदलायचे स्वतःला, मी जसा आहे त्यातच आनंदी आहे." अनिकेतचे हे शब्द माझ्या अंगावर कोसळले.

तो तावातावाने निघून अंगणात गेला. माझे मिस्टरही अस्वस्थ झाल्याचे मला जाणवले.

"जरा चिडलेला आहे. आपण आपले उपाय करत राहायचे." त्यांच्या या समजावण्यातही वरवरपणा होता, आतून तेही धास्तावले असल्याचे जाणवले.

मी देव्हाऱ्यासमोर जाऊन बसले. मनात पुन्हा विचारांनी थैमान सुरु केले. म्हणजे मुलगा लग्नच करणार नाही म्हणतोय? आणि ह्या त्याच्या असण्याबद्दल कोणाला कळलं तर सगळ्यांचं जगणंच अवघड होऊन जाईल. एकट्याने त्याचा बाहेरच्या दुनियेत कसा निभाव लागेल? विवाह नाही म्हणजे सगळंच संपलं. आम्ही वर्षानुवर्षे पाहत असलेल्या स्वप्नांना पूर्णविराम. देव्हाऱ्यातले सगळे देव मला माझे शत्रू

वाटायला लागले. मुलाच्या लग्नासाठी मी काय काय करण्यात स्वतःला गुंतवून टाकलं होतं. आता ते सगळं थांबवायचं आणि आशावाद संपवायचा? मग जगू कुठल्या आधारावर? वेदनेने जोरात किंकाळू वाटायला लागलं.

रात्री अंथरुणावर पडले आणि कितीतरी वेळ झोप येत नव्हती. मला मध्यरात्री अचानक जाग आली, काळीज वेदनांनी रडत होतं. अश्रू मात्र बाहेर येत नव्हते.उठून बसले.

'कुठल्या पापाची शिक्षा म्हणून माझा मुलगा असा वेगळा आहे? जन्मतः मुलाला एखादी शारीरिक व्याधी अथवा मानसिक व्याधी असेल तरी पालकांना ते पचवून घ्यायला वेळ जातो. इथे त्यावूनही कठीण.अचानक मुलानं असं सांगावं, म्हणजे त्याचं अस्तित्वच संपवून गेल्यासारखं काहीतरी भयानक आहे.' माझं काळीज फाटू लागलं. जाणून बुजून मोठ्याने श्वास घेऊ लागले.

दिवस उजाडला. रात्री झोप नीट न झाल्यामुळे माझा चेहरा सुकला होता. आवरून पूजेसाठी अंगणात फुले घ्यायला आले, तेव्हा ग्रीष्माच्या उन्हात बाग करपून गेल्याचा भास होऊ लागला. सकाळच्या वेळेतही अंगाला चटके बसतायत असा भास होऊ लागला.

"अनिकेत आलाय वाटतं. आता लगीन पक्कं केल्याशिवाय त्याला सोडूच नका परत." माझी शेजारची मैत्रीण नेहमीप्रमाणे गमतीत म्हणाली. चेहऱ्यावर सहजपणे मी उगाच हसू आणून दाखवले. मात्र या तिच्या बोलण्याने आता मला कुणीतरी गिळंकृत केलं तर बरं होईल, असं मनात वाटलं. अचानक वाटलं, सांगून टाकावं मुलगा कसा आहे ते, कोंडलेलं तरी बाहेर पडेल. पण माझ्या रात्रीपासून होणाऱ्या अवस्थेचं मी कुणालाच सांगू शकले नाही. आतल्या अवस्थेचा आणि बाहेरच्या भौतिकतेचा कुठेच ताळमेळ बसत नव्हता.

अनिकेत, मी आणि माझे मिस्टर तिघेही एकमेकांशी नेहमीसारखं बोलत होतो. मात्र हा विषय आला तर उगाच वाद होईल, म्हणून तिघेही यावर बोलायचं टाळत होतो.

माझी दिनचर्या बदलून गेली. रात्री झोप येईना. दिवसा अंथरुणात पडून कधी एकट्यानेच दुःखात रडू लागले. राग, भीती, असुरक्षितता या भावना मला व्यापून टाकू लागल्या. रात्री जी अवस्था होत होती, त्यामुळं रात्र आल्यावर मला भीतीच वाटायला लागली. एकदा भयानक स्वप्न पडलं. स्वप्नात मुलाबद्दल मी माझ्या मैत्रिणींना सांगितले आणि सगळ्या मोठमोठ्याने हसत मला हिणवत होत्या. एकदा तर मध्यरात्र झाल्यावर छातीला कोणीतरी चटके देत असल्यासारखं छाती आतून जळायला लागली.सगळ्या विश्वातल्या वेदना आपल्या छातीत अडकून राहिल्या आहेत, असं वाटलं.बाहेरच्या हवेत कोंडलेला श्वास मोकळा करण्याचा प्रयत्न केला.

इतकं सगळं मला आता सहन होईना. दुसऱ्या दिवशी उठून आवरून झाल्यावर मी माझ्या मैत्रिणीला फोन केला आणि माझी अस्वस्थता, काय काय भयानक वेदना होतायत हे सांगितलं. मात्र...ते कशामुळे होतंय हे मात्र सांगू शकले नाही. धाडस झालं नाही. अचानक मनात विचार आला, इतकं काहीतरी मनातच साठवून ठेवल्यामुळे माझं काळीज एवढं रडतंय, तर मग अनिकेतनं, माझ्या मुलानं किती वर्षं काय काय मनात ठेवलं होतं, त्याची काय अवस्था झाली असेल? या विचाराने माझ्या अंगावर काटे यायला लागले.

संध्याकाळी मी आणि माझा मुलगा दोघेच घरी असताना मी त्याच्याजवळ गेले, समोर काही क्षण नुसतीच बसले आणि सरळ त्याला प्रश्न विचारला, "आता मला आई म्हणून जाणून घ्यायचं आहे,सांग तू असा आहेस म्हणून आतापर्यंत काय काय भोगलंस?"

माझी मुद्रा शांत होती. माझी पूर्ण ऐकण्याची तयारी आहे आणि मी वेगळ्या भावनेने आता त्याच्या समोर बसले आहे, हे त्याच्या लक्षात आलं होतं. काही वेळ तो शब्द जुळवू लागला. त्याला एक व्यक्त होण्याची एक जागा मी निर्माण केली होती.

"आई, कॉलेजमध्ये होतो तेव्हा वाटायचं, आपण एकटेच असे वेगळे आहोत. भीती, एकटेपणा, अपराधीपणा वाटायचा. आपण स्वतःला कसं दुरुस्त करू? या विचाराने झोप यायची नाही. यामुळे कित्येकदा अभ्यासात आणि इतर कशातच

लक्ष लागायचं नाही.''

बोलता बोलता त्याचा आवाज कापरा झाला. त्याला रडू यायला लागलं. मी स्तब्धपणे फक्त ऐकत होते. तो बोलू लागला, ''नोकरी, पैसा यामागे लागताना वाटायचं, कशासाठी करायचं हे सगळं? काय उपयोग आहे आपल्या आयुष्याचा? हा एकटेपणाच जर आपल्या वाट्याला असेल, तर काय अर्थ आहे जगण्याला.?''

मुलगा बोलत होता आणि माझा संपूर्ण चेहरा आता अश्रूंनी व्यापू लागला होता.

उठून मी मुलाजवळ गेले आणि त्याचा हात धरला. त्याच्या अश्रूंचा बांध फुटला आणि तो माझ्या मांडीवर डोके ठेवून रडू लागला.

आतापर्यंत या सगळ्या वादळात एक आई म्हणून मी कुठेच नव्हते? यातलं काहीच तो मला सांगू शकला नव्हता. जेव्हा त्याने सांगितलं तेव्हा हा काहीतरी दोष आणि आणि तो बरा करायचा म्हणून आपण वेगळाच आशावाद निर्माण केला. त्याच्यात काहीतरी चूक आहे आणि आपणच त्याच्या बाबतीत निर्णय घ्यायचा. विचार करताना अचानक मला काही वर्षांपूर्वी प्रवचनात महाराजांनी सांगितलेली एक ओळ आठवली, ''प्रत्येक आत्मा हा काहीतरी उद्देश घेऊन या भौतिकतेत आलेला असतो. त्यामुळे जेव्हा त्याला ज्या टप्प्यात काही निर्णय घ्यायचा असेल, तेव्हा आपण त्याच्या निर्णयात अडथळा न बनता त्याला फक्त मदत करायला हवी.'' असंच काहीसं ते म्हणाले होते. अचानक माझ्या डोक्यात प्रकाश पडला. त्या म्हणण्याचा, संदर्भ आणि अर्थ वाटू लागला, आपल्याला आता मुलासाठी फक्त एवढंच करणं गरजेचं आहे.

''आई म्हणून मी हे समजून घेण्याचा प्रयत्न केला तरी मी तुझ्यासाठी योग्य काय करू शकते, हे आता तूच मला सांग.'' मी मुलाला म्हणाले.

''मला आता खूप हलकं वाटतंय आई. तू हे म्हणालीस एवढ्यानेच शक्ती आल्यासारखं वाटतंय.'' मुलगा अश्रू भरल्या डोळ्यांनीच म्हणाला.एक मोठं ओझं वाहून गेल्यासारखा त्याचा चेहरा दिसत होता.

नंतर मी माझ्या मिस्टरांना माझ्या परीने समजवण्याचा प्रयत्न केला, त्यांना काहीच

समजून घ्यायचं नव्हतं आणि स्वतःच्या हट्टापासून, विचारांपासून त्यांना मागे जायचं नव्हतं, हेच त्यांच्या बोलण्यातून जाणवलं. माझं आणि अनिकेतचं आता नवीन नातं तयार झालं होतं. आम्ही दोघेच घरात असताना या विषयावर सहजपणे बोलू लागलो.या विषयावरील साहित्य त्याने मला वाचायला दिले. त्याचे अनुभव तो मला सांगू लागला.एकदा म्हणाला,

"आपल्या समाजात समलैंगिकतेच्या अज्ञानापायी फार फार त्रास झाला. कॉलेजमध्ये, कामाच्या ठिकाणी कोणी मुलगा आवडला तर सांगायची सोय नव्हती. कार्यालयात एका मुलावर एकतर्फी प्रेम बसलं.सांगण्याची मात्र खूप धास्ती वाटायची, त्यामुळे अस्वस्थता वाढली. ती ओढ एवढी होती की, कशातच लक्ष लागेना. मग शेवटी धाडस करून त्याला सांगितलं पण.....माझी अवस्था समजून न घेता 'तुला मी काय तुझ्यासारखा वाटलो का?' असं म्हणून त्यानं मैत्री तोडून टाकली. काळजावर झालेले उध्वस्तपणाचे वार कुणालाही सांगायची सोय नव्हती. रात्र रात्र नुसता रडत राहिलो. कधी वाटलं, या वेदनांपेक्षा मरण किती वरदान ठरेल.. अस्तित्वाच्या अर्थावरच प्रश्न निर्माण झाले...." बोलता बोलता त्याच्या वेदना भळभळू लागल्या.

माझे डोळे भरले होते, मनात मात्र कुठल्यातरी आशेनं स्थिरता जाणवू लागली.

"आत्म्याची उन्नती या सगळ्या वेदनेतूनच होत असते. आता मला कुठेतरी वाटतंय, या सगळ्यालाच काहीतरी अर्थ आहे. तुझी आई म्हणून यात माझाही काहीतरी उद्देश आहे." माझ्या आतून अनपेक्षितपणे हे शब्द आले.

***

दोन महिन्यांनी शहरात LGBTQA पदयात्रा होती. 'समलिंगी, द्विलिंगी, ट्रान्सजेन्डर, अलैंगिक असा वेगळा लैंगिक कल असणाऱ्या व्यक्तींच्या अस्तित्वासाठी, त्यांच्या सामाजिक आणि कायदेशीर हक्कांसाठी ही पदयात्रा असते.' हे समजावून सांगून अनिकेतने मला तिथे समलिंगी मुलाला स्वीकारलेली आई म्हणून येशील का? असे विचारले. याच्याबद्दल मला नेमकी काहीच कल्पना

नव्हती, पण मुलासाठी मी 'हो' म्हणाले. मी जाणार आहे, हे मिस्टरांना कळल्यावर त्यांनी माझ्या जाण्याला विरोध केला आणि आमच्या दोघात वाद झाले. मला त्याचा फारसा फरक पडला नाही. मुलासाठी मी पदयात्रेला शहरात आले.

तिथे अनेक मुलं-मुली, ट्रान्सजेन्डर आले होते. मात्र एवढ्यांमध्ये मी सोडून फक्त दोनच पालक मला दिसले. नवीन असल्याने सुरुवातीला मला जरा अस्वस्थ वाटत होतं, थोड्या वेळात मात्र तिथल्या वातावरणाची सवय झाली. इतर दोन पालकांशी शाब्दिक देवाण घेवाण झाली. अनिकेतने त्याच्या काही मित्र-मैत्रिणीशी माझा परिचय करून दिला.

पदयात्रेदरम्यान एकेका समलिंगी, हिजडा मुला-मुलीचे चेहरे पाहता पाहता मला अचानक रडू यायला लागलं. त्यांच्या चेहऱ्यावर भयानक काहीतरी होतं. ज्या तरुण वयात काहीतरी करण्याची ऊर्जा आणि भविष्याबद्दल उत्साह असायला हवा, तिथे मनासारखं जगता न आल्याने पारतंत्र्यात जगणं आटून गेल्याच्या वेदना चेहऱ्यावर दिसत होत्या. हे सगळं पाहता पाहता माझ्या भोवती कुठली तरी शक्ती येऊन मला काहीतरी सांगू पाहतेय, असं मला वाटायला लागलं. याच प्रवासात मी कुठल्यातरी निष्कर्षापर्यंत पोहचू पाहत होते. दुःख कोंडून ठेवल्यामुळे समलिंगी मुला-मुलींना किती गुदमरायला लागतंय, याचा अर्थ मला समोर दिसत होता. मला त्या शक्तीनं सांगितलं,' 'आता यांच्या दुःखाला वाट मोकळी करून द्यायचा तू ध्यास घे. मार्ग सापडत जाईल.'

विचार करता करता पूर्ण स्थिर वाटू लागलं.

पदयात्रा एके ठिकाणी थांबल्यावर स्टेजवर मला पालक म्हणून माझं मत व्यक्त करायचं होतं. काय आणि कसं बोलू, हे विचार आता मनात नव्हतेच. मी स्टेजवर गेले आणि बोलू लागले,

"प्रत्येकाच्या जीवनाचं ध्येय वेगळं असतं. समाजाने ठरवलेल्या आणि लादलेल्या भिन्नलिंगी विवाहाच्या चौकटीसाठी तुम्हा मुला-मुलींचा जन्म नाहीच, पण तुमच्या आतून जर समलिंगी जोडीदारासोबत विवाह करण्याचा आवाज असेल, तर तो

कायदेशीर अधिकारही तुम्हाला लवकरच मिळणार आहे. स्वतःचा उद्धार करण्यासाठी आणि जगालाही काहीतरी शिकवण्यासाठी तुमचा जन्म आहे. याचं ज्ञान मिळवा, स्वतःच्या आतमध्ये डोकावा. तेव्हा तुम्हाला या जगण्याच्या अश्रूंचा अर्थ सापडेल. मला तुम्हा सर्व मुला-मुलींची आई व्हायचं आहे."

त्या भावनेत तयार झालेले कवितेचे शब्द मी गाऊ लागले.

वेदनांनी पोळलेले काळीज आज

मी समलिंगी मुला-मुलींचे पाहिले

चेहऱ्यावर होते हसू अन

आत अश्रू सारे कोंडलेले.

आटून गेले होते

अश्रू समलैंगिकतेचे अनमोल

दुनियेच्या लेखी त्याला

नव्हते कसलेच मोल

काय काय साठले आहे

माझ्या मुलांच्या हृदयात?

आता आले मज बळ

ही आई देईल त्यांना साथ.."

समोरून टाळ्यांचा आवाज येऊ लागला. माझ्या डोळ्यातून अश्रू वाहत होते. आत्मा सर्वांशी एकरूप झाला आहे, असं भासू लागलं. शांत वाटू लागलं.

मूल मृत्यू आणि *ती*

(पूर्वप्रसिद्धी- पुरुषउवाच दिवाळी २०२१)

"माझा बाब्या...." एकुलत्या एका मुलाच्या मरणाची बातमी ऐकून रंजना हंबरडा फोडून एकदम खालीच बसली. तिच्या आवाजाने शेजारी-पाजारी धावतच तिच्या जवळ आले.

दोन दिवसापूर्वी सव्वीस वर्षांच्या तिच्या मुलाच्या अपघाताने तिला धक्का बसला, परंतु तो त्यातून बचावला तेव्हा तिच्या मनात आशावाद निर्माण झाला होता. तो तिकडे हॉस्पिटलमध्ये ॲडमिट आणि रंजना घरी पूर्ण श्रद्धेने देवासमोर बसून दिवस-रात्र निरंजनातील तेल संपू देत नव्हती, तोंडी फक्त देवाचा जप. मनात असह्य आणि वेदनादायी विचार आले की जपाची गती वाढायची. अन्न आणि पाणी याकडे तिचं लक्ष सुद्धा नव्हतं.

आणि आता त्याच्या मृत्यूच्या बातमीने ती दुःखाच्या डोहात पार बुडून गेली. युगायुगांच्या वेदना तिच्या वाट्याला आल्यासारखं तिला जाणवत होतं. ती यांत्रिकासारखी हतबलपणे रडायला लागली. मुलाचं प्रेत घरी आणलं तेव्हा त्यासोबत तिचा नवरा, उदय घरी आला. त्याचा चेहराही वेदनेने व्यापला होता, पण तिच्याइतका उध्वस्त झाला नव्हता.

मुलाचं प्रेत समोर बघून तर रंजनाचं अंगच लटपटायला लागलं. ती जास्तच हतबल झाली. बाकी काहीजणी तिला सावरण्याचा प्रयत्न करत होत्या, तथापि तिची भयानक अवस्था बघून त्यांनाही काही सुधरत नव्हतं. मुलाच्या प्रेताजवळ जात मोठ्यानं रडत असताना अचानक तिचे डोळे स्थिरावले, नाकातून पाणी गळत होतं, रडताना काही क्षण तोंड तसंच आवासलं गेलं आणि तिची शुद्धच गेली, ती डोळे मिटून खालीच कोसळली.

***

जवळपास चार तासाने ती शुद्धीवर येऊन घरात बेडवरुन उठून बसायचा प्रयत्न करू लागली.तिचे डोळे आत खोल गेल्यासारखे आणि भोवळ आल्यासारखे दिसत होते.उठून ती आपल्याच शरीराच्या विविध अवयवांकडे कुतूहलाने बघायला लागली. जवळ बसलेल्या तिच्या दोन्ही जावांनी एकमेकींकडे बघितले.

"रंजना,कसं वाटतंय गं बाय आता? त्रास होत असल तर पडून न्हा..." थोरली जाऊ म्हणाली.

"मी इथं कशी?..आणि बबन..त्याला दिलं का धन? "

"सगळं झालं.व्यवस्थित झालं..डॉक्टरानी तुला आराम कराय सांगितलाय नव्ह..तू पडून न्हा.."

"मला काय झालंय पण ? " तिने निरागसपणे डोळे लकाकत विचारले.दोन्ही जावा गोंधळल्या.

"अ..न्हाय म्हणजे चक्कर येऊन पडलासा ना..आठवतंय ना?"धाकटी जाऊबाई म्हणाली तशी ती पुन्हा तंद्रीत हरवल्यासारखी एकटक बघू लागली.

"आठवत नसंल तर राहू दे..उगच डोक्याला ताण देऊ नकोस..अन लय दुःख नको करुस गं, नशिबाचीच अशी इच्छा होती तवा आपण कोण काय करणार.." थोरली जाऊ हुंदका आवरत डोळ्याला पदर लावत म्हणाली.

"मला दुःख नाही होत..म्हणजे दुःख होतंय मला, पण ते मला नाही होत..." रंजना

स्थिर डोळ्यांनी दोन्ही जावांकडे बघत म्हणाली. तिच्या या वाक्याचा अर्थ न कळून दोन्ही जावा एकमेकींकडे डोळे मोठे करून बघायला लागल्या..

"मला कायतर खायला मिळेल का? भूक लागली आहे.." रंजनाचा हा प्रश्न अनपेक्षित वाटल्यासारखा दोघेजणी काही क्षण घेऊन 'हो' म्हणाल्या. धाकटी जाऊ तिला खाण्यासाठी आणायला जाताना थोरल्या जाऊबाईला हळूच म्हणाली,

"काय हो? या असं काय वागतायत..अतिदुःखानं यांच्या डोक्यावर परिणाम... म्हणजे तसं काय नसल नव्ह?"

"काय की बाय.." थोरली जाऊ तिच्याकडं बघत म्हणाली..

***

"ती सावरलीय की धक्का बसल्यामुळे, नक्की अशी कशामुळं वागतेय तेच कळत नाही.." दिवाणखान्यात बसलेला रंजनाचा नवरा, उदय दुःखद आवाजात आपल्या बहिणीला म्हणाला.

"आरं, धक्का बसल्यामुळंच..आज दुसराच दिस हाय, होईल काही दिवसात परत पहिल्यासारखी.." त्याची बहीण म्हणाली, इतक्यात "बाब्या रं बाब्या..कुठं गेलास रं." या मोठ्या रडण्याच्या आवाजानेच रंजनाची बहीण अंगणातून येत असल्याची चाहूल लागली.

'आली....घर डोक्यावर घ्यायला.. ' उदयची बहीण म्हणाली.

"माझा भाचा कुठं साळला गेला का? कुठं हाय माझी भन.." दिवाणखान्यात पोचल्यावर रंजनाच्या बहिणीचा आवाज अजूनच वाढला. उदयच्या बहिणीनं तिला रंजना आतल्या खोलीत असल्याची खूण केली, तसं ती रडतच आत गेली. थोड्या वेळानं परत बाहेर आली. बऱ्यापैकी तिचं रडणं कमी झालं होतं.

"आतल्या खोलीत न्हाय रंजना आक्का..दुसऱ्या खोलीत पावन-पै हायत पण तिथंबी आक्का न्हाय दिसली." ती म्हणाली.

"असं कसं.." असं म्हणून दोघंपण उठून तिच्यासोबत आत गेले.सगळ्या खोल्या

बघितल्या, पण रंजना कुठंच नव्हती.तिला हाका मारून झाल्या तरी काही उत्तर नाही.

"उदय, आता रं काय करायचं? सांच्या पारी कुठे गेली ही?.." उदयची बहीण काळजीने म्हणाली.

"माडीवर बघू चल..तेवढी एकच जागा राहिलेय.." उदय,त्याची बहीण आणि रंजनाची बहीण माडीवर गेले.

वर पोचल्यावर एका कोपऱ्यात त्यांना रंजना दिसली, तसा त्यांचा जीव भांड्यात पडला. मांडी घालून बसलेल्या अवस्थेत रंजनाचे डोळे बंद होते आणि चेहरा शांत. तिला असं बघून तिघेही गोंधळून अवघडल्यासारखे एकमेकांकडे बघू लागले.

रंजनाची बहीण रडण्याचा सूर लावत रंजना जवळ जात म्हणाली," आक्का, अगं असा कसा माझा भाचा देवाजवळ गेला..सावर ग आक्का..सावर.."

या आवाजाने रंजनाने डोळे उघडले.

"आलीस तू?...मी ठीक आहे, तू सावर... आता मी वेगळ्या स्थितीत आहे. आपण नंतर बोलूया. मी येते खाली, तू जा.." शांतपणे ती बहिणीला म्हणाली आणि परत आपले डोळे मिटले. बहिणीचा चेहराच पडला. तिला अगदीच स्वतःचा अपमान झाल्यासारखे वाटले.

"काय झालंय हिला? अशी काय बोलली ही मला?" रंजनाची बहीण बाकी दोघांकडे जाऊन म्हणाली.

"असंच वागतेय ती विपरीत.. धक्क्यातून अजून बाहेर न्हाय पडली.." उदयची बहीण म्हणाली.

"असं होय !" रंजनाची बहीण म्हणाली आणि तिघेही खाली गेले.

***

बबनचा दहावा होता. रंजनाच्या अनपेक्षित आणि विपरीत वागण्याची सर्वांना सवय झाली होती. 'हळूहळू ती धक्क्यातून बाहेर येईल आणि माणसात येईल', असं

सगळे उदयला समजावत होते. आजही रंजना एकटीच माडीवर जाऊन बसली होती. दहाव्याच्या कार्यक्रमाला काहींचे चेहरे रडवेले होते. रंजनाच्या बहिणीने मध्येच भोकाड पसरले. सगळ्यांचे रडण्याचे आवाज एकमेकात मिसळले. इतक्यात मध्येच "सापडलं..सापडलं." असा मोठ्याने आवाज झाला .आवाजाने दिवाणखान्यात अचानक सगळे रडायचे थांबले आणि अवघडलेपणाची शांतता पसरली. आवाजाची दिशा आणि व्यक्ती सर्वांच्या पटकन लक्षात आली. बरेचजण उठून परत माडीवर गेले आणि समोरचं दृश्य पाहून चक्रावलेच.काहीजण एकमेकांकडे नक्की कशी प्रतिक्रिया द्यावी, या नजरेने बघू लागले.

समोर रंजना आपल्याच तालात नाचत होती. तिच्या चेहऱ्यावर अलौकिक आनंद झाल्यासारखे भाव होते.

"सगळेजण खाली जावा..आ..आम्ही बघतो इथे.." उदयची बहीण बाकीच्या पाहुण्यांना म्हणाली.समोरचं दृश्य डोळ्याला पटकन सोडवेना म्हणून सगळे रेंगाळत रेंगाळत खाली गेले. तिच्या दोन्ही जावा, उदय आणि त्याची बहीण फक्त थांबले. रंजनाची नाचण्याची गतीही कमी झाली. उदय तावातावाने तिच्याकडे गेला.

"अगं वेड लागलंय का तुला? आतापर्यंत ठीक होतं, पण कमाल करतेयस आज.. काय करतेयस असं?" उदय दुःखात आणि त्रासाने म्हणाला, तशी ती थांबून त्यांच्याकडे शांतपणे बघू लागली.काहीच बोलली नाही.

"आरं उदय, तुला सांगितलं ना ती का अशी वागतेय ते..तिला काय बोलू नकोस, आणि तूबी चिडू नकोस..एकदा का तेरावं झालं की पुन्हा चांगल्या डाक्टरला दाखवू हिला...आता चल खाली..." उदयची बहीण म्हणाली.

"इथे हिच्याकडे कोणीतरी लक्ष ठेवायला थांबायला पाहिजे.." उदय म्हणाला.

"आम्ही दोघी थांबतो इथे..." थोरली जाऊ धाकट्या जावेची सहमती गृहीत धरत म्हणाली..

"कोणीही थांबण्याची आवश्यकता नाहीं. माझी काही काळजी करू नका. मी येईन थोड्यावेळात खाली, तुम्ही व्हा पुढे." अगदी ठामपणे रंजना सगळ्यांकडे बघत

म्हणाली. त्यापुढे कोणी काहीच बोलू शकले नाही. सगळे खाली गेले.

ती शांतपणे खाली बसली. डोळे मिटले तसं डोळ्यासमोर काही भूतकाळालातले प्रसंग दिसू लागले.

काही वेळाने तिने डोळे उघडले. जवळ असलेला बबनचा फोटो तिने काढला. ती त्याकडे बघू लागली. कितीतरी वेळ नुसतंच बघत राहिली.

***

बबनच्या तेराव्याला कीर्तनकार बोलावले होते.अंगणात मंडप घातला होता. कीर्तनकारांसमोर सर्व मंडळी बसली होती. रंजनाही बसली होती. सगळेजण तल्लीन होऊन ऐकत होते.

"देह हा नश्वरच असतो, आत्मा एका देहाचा त्याग करतो आणि दुसरा देह धारण करतो. आपल्याला हे सर्व माहित असते, पण अशा क्षणी त्याची उजळणी करून द्यावी लागते. कृष्णाने अर्जुनाला गीता सांगण्यासाठी सुद्धा युद्ध प्रसंग निवडला.. रंजना आणि उदय माऊलींचे दुःख मोठे आहे....आपण सर्वजण त्यांच्या सोबत आहोत. "कीर्तनकार सांगत होते. त्यांचे बोलून झाल्यावर रंजना जागेवरून उठली. ती कुठे चालली आहे हे बघायला सगळ्यांच्या नजरा तिच्यावर खिळल्या. ती समोर कीर्तनकारांकडे जाऊ लागली आहे, हे लक्षात येताच उदयने आपल्या बहिणीला तिला थांबवण्याचा इशारा केला, पण तोपर्यंत ती समोर पोचली.

"माऊली, तुम्हाला.. काही बोलायचे आहे का?" कीर्तनकाराने विचारले. रंजना मानेनेच 'हो' म्हणाली. समोर एकदमच शांतता दाटली. तिने सगळ्यांकडे पाहिले.

"महाराज खूप योग्य उदाहरण देऊन म्हणाले, कृष्णाने अर्जुनाला युद्धप्रसंगी गीता सांगितली कारण अशा क्षणी खऱ्या अर्थाने त्याचा बोध होतो...आपलं आयुष्यही असंच असतं ना?......बबन गेल्यापासून दुःखात बुडाल्यामुळे मी असं वागतेय, किंवा मला वेड लागलंय असंच सगळेजण समाजतायत.." ती क्षणभर थांबली आणि पुढं काय बोलणार म्हणून काहींचे तोंड आवासले. उदय आणि त्याच्या बहिणीने आश्चर्याने एकमेकांकडे पाहिले, दोन्ही जावांचीही नजरानजर झाली.

"बबनचा अपघात झाला हे समजण्यापासून तो गेल्याचा मोठा धक्का... पोटचा एकुलता एक मुलगा, त्याच्या भोवती मी माझा कोष विणला होता..तो कोषच तुटला. मृत्यूनंतरचे काही तास, फक्त वेदना होत होत्या... तरुण मुलाच्या भवितव्याचे स्वप्न, आई म्हणून काही इच्छा अपेक्षा, हे सगळं क्षणभंगुर झाल्याच्याही भयानक वेदना त्यात सामावल्या होत्या...पण त्या होत होत वेदनेनं सगळं शरीर पोखरून काढलं आणि मग? वेदनाच संपल्या..जणू पोकळी निर्माण झाली. त्यात चक्कर येऊन पडल्यावर नंतर मला जेव्हा जाग आली, तेव्हा पुनर्जन्मच झाला की काय असंच वाटत होतं. जो काही त्रास आहे तो माझा नव्हेच, तो शरीराचा आहे..ही अनुभूती होत होती...आणि तेव्हापासून मग माझं शरीर-मन ढवळून निघत होतं.

कुठूनतरी संदेश मिळत होता; नाही, ही अनुभवाची संधी सोडायची नाही. पर्यायच नव्हता. काही करण्यासारखं नव्हतंच..मुलगा गेलाच होता..मी कितीही अट्टाहास केला, तरी तो पुन्हा जिवंत होणार नव्हता. त्यामुळे झालेल्या घटनेचा स्वीकार झाला आणि मग सगळं बदलू लागलं.

शांततेच्या खोलात नवीन जाणिवा होऊ लागल्या. मी मूल गमावले...आता अजून दुसरे गमवण्यासारखे काय आहे? म्हणून भीतीच नष्ट व्हायला लागली. मुलाच्या मृत्युसोबत अनेकांनी मनावर लादलेल्या भयाचा मृत्यू होत गेला. आत जी असुरक्षितता छळायची, त्याचाही मृत्यू होत गेला. मोठ्यातलं मोठं दुःख सुद्धा स्वप्नच असल्याचा भास झाला. मनात सतत भीतीच्या विचारांमुळे जी ऊर्जा नष्ट होत असते, ती भीतीच संपल्यामुळे एक नवे चैतन्य माझ्यात संचारू लागले.

शरीराच्या पारतंत्र्याच्या बेड्याच गळून पडून अनोखं स्वातंत्र्य जाणवू लागलं. ज्यांनी आयुष्यात दुखावलं त्यांना आतून माफ केलं गेलं... स्वताच्या अहंकाराच्या जागा विरघळू लागल्या... आणि मग ही अवस्था.. हलकं हलकं वाटू लागलं.

डोळे झाकून बसायचे तेव्हा कित्येकदा समोर आयुष्यात आत्तापर्यंत घडलेले अनेक दुःखद प्रसंग दिसायला लागले, पण त्यात एक अर्थ सापडू लागला. आयुष्याच्या प्रवासात फक्त जगणं पुढे नेत आलेल्या मला पहिल्यांदा तेव्हा 'माझ्या आयुष्याचे काय ध्येय आहे?' हा प्रश्न पडला. त्या प्रश्नात उत्तराची अपेक्षा मात्र नव्हती. एकदा

डोळे झाकल्यावर ठाम संदेश मिळाला, गेलेल्या मुलाचा योग्य ठिकाणी प्रवास चालू झाला आहे. तेव्हा डोळ्यातून अश्रू ओघळायला लागले.

मी शांततेत तासंतास बसत होते. जेव्हा आतून 'अंतिम सत्य' सापडले अशी जाणीव झाली, तेव्हाची ती अवस्था मला शब्दात वर्णन करता नाही येणार.. म्हणूनच मी त्या आनंदात नाचत होते.. जगण्याचाच उत्सव झाला होता. तुम्हाला माझ्या या अशा सर्व कृती म्हणजे वेडेपणा वाटत होता."

ती बोलायची थांबली. काही क्षणांनी सगळ्यांकडे बघत म्हणाली,

"मुलाच्या मृत्यूने माझा जगण्यावरचा विश्वास उडाला होता का? असाही प्रश्न तुम्हाला पडला असेल.. मनापासून सांगते, या मोजक्या दिवसांच्या प्रवासात जीवनाचा अर्थ कुठेतरी खोलवर कळाला आहे. आता कुठल्याही वळणावर काहीही कृती करताना, निर्णय घेताना त्यात भय नसेल. त्याला स्वातंत्र्याची एक चमक असेल."

सर्वांना तिच्या चेहऱ्यावर एक वेगळंच तेज दिसत होतं.बोलून झाल्यावर तिने सर्वांना हात जोडून वंदन केले. उदयच्या डोळ्यातून अश्रू यायला लागले होते.

तिचे बोलून झाले तरी कितीतरी वेळ तिच्या बोलण्यात हरवून समोरच्यांमध्ये एक अर्थपूर्ण शांतता पसरली होती.

कोरोनाच्या
दिवसांत..

कोरोना झाल्यावर त्याची प्रकृती ढासळू लागली आणि त्याला अतिदक्षता विभागात हलवण्यात आले. शरीराची वेदना आणि अस्वस्थता त्याला छळत होती. वेळ पुढे सरकू लागली तशी मात्र त्याच्या या शारीरिक आणि मानसिक परिस्थितीत बदल होऊन त्याला स्वस्थता वाटू लागली. झाकलेल्या डोळ्यांनी त्याला आपल्या आतील भीती अचानक नाहीशी होत असल्याची जाणीव होऊ लागली.त्याच्या आत आठवणींनी प्रवेश केला आणि आठवणी पोचल्या त्या अगदी बालपणातल्या दिवसातल्या प्रसंगात.

तो रस्त्याने मुक्तपणे विहरत असताना एके ठिकाणी काही लोक कट्ट्यावर बसले होते. त्यातल्या एकाने त्याला कुठे चालला असल्याचे विचारले. त्यानेही अगदी मजेत जवळ येऊन खेळायला चालल्याचे सांगितले. पाठमोरा होऊन पुढे चालताना लोकांमधल्या आपापसातल्या बोलण्याचा आवाज त्याच्या कानावर पडला.

"हे पोरगं ना, नुसतं बोंबलत फिरत असतंय. वाया जाणार बघा हे.." ही वाक्यं अनपेक्षितपणे त्याच्या बालमनाच्या पटलावर विजेच्या वेगाने कोसळली. त्या दिवशी खेळताना त्याचं त्यात लक्ष नव्हतं. नंतर ह्या वाक्यांनी त्याच्या आत एक सामाजिक अपेक्षांचं घर केलं.त्या अपेक्षांना उतरण्यासाठी नकळत त्याच्या नैसर्गिक मुक्तपणात बंधन येऊ लागलं.

त्या प्रसंगातून तो प्रवास करत करत पुढच्या शाळेतल्या घटनेत गेला. एका विषयावर वर्गातल्या मित्रांशी चर्चा चालू असताना इतरांपेक्षा त्याने वेगळेच मत मांडले ज्याच्याशी कोणीच सहमत नव्हते, यावर चिडून त्याच्या मित्राने त्याला पाठीत बुक्की घातली आणि म्हणाला, "तुझा फालतू सल्ला आणि मत तुला कोणी विचारलं नाही." या बोलण्यातून त्याच्या आत 'आपले विचार आणि मत फालतू आहे.' चार-चौघांसारखंच आपलं मत असलं पाहिजे. असं वाक्य शिरलं .

अतिदक्षता विभागात बंद डोळ्यांच्या अवस्थेत त्याला कॉलेज हॉस्टेलमधला प्रसंग दिसू लागला. प्रत्येक मित्र आपापल्या पहिल्या रिलेशनबद्दल किंवा मुलींबद्दलचा आपापला अनुभव सांगत होता. चर्चा चांगलीच रंगत होती. त्यानं मात्र त्यात फारसा सहभाग घेतला नव्हता. कोणीतरी त्याला याबाबतीत अनुभव विचारल्यावर तो म्हणाला, "माझा कोणासोबत अजून क्रश झाला नाही." तेव्हा एक कुत्सित आवाज त्याच्यावर येऊन आदळला, "एक गोष्ट सिरीयसली सांग, मुलींना बघून तुझ्या भावना जाग्या होतात ना? काही दोष नाही ना तुझ्यात?" या बोलण्याचा वार क्षणाच्या आत मनाच्या पटलावरून काळीज चिरत त्याच्या आत गेला.

आवाज कापरा होऊन त्याच्या तोंडून शब्द फुटले,"काहीही काय! हा काय प्रश्न झाला का.. ?"

'आपल्यात दोष.. म्हणजे आपलीच काहीतरी चूक आहे.' या विचाराने तो त्या रात्री तळमळला.तेव्हापासून अगदी कळपातून आपण बाहेर फेकले जाऊ या भीतीनं 'मीही तुमच्यासारखाच आहे.' हे दाखवण्यासाठी जे मनात नाही ते मुखातून बोलत राहिला.

'कोण आहे आपण? इतरांपेक्षा वेगळे आहोत हे नक्की. फ्लर्ट, प्रेम याबद्दल ज्या चर्चा चालतात, त्यात आपल्याला भाग घेऊ वाटत नाही. या कमतरतेबद्दल कमीपणा वाटला की मन उध्वस्त होतं. 'मनात मात्र हे प्रश्न आणि विचार अस्वस्थ करत असताना त्याने एकदा मानसोपचारतज्ज्ञांची भेट घेतली. त्यांनी आधी त्याचे बोलणे शांतपणे ऐकून घेतले.

"तुझे आकर्षण स्त्रीकडे नाही आणि पुरुषाकडे नाही? किंवा तुझा शारीरिक आणि मानसिक लिंगभाव जुळत नाही का? " त्याला असे काही प्रश्नही विचारले.यापैकी त्याचे काहीही नव्हते. डॉक्टरांनी त्याला खोलात विचार करायला प्रवृत्त केले,तेव्हा त्याच्या लक्षात आले की जे आहे त्यात त्याला काहीच कमीपणा वाटत नाही, परंतु भोवतालच्या आवाजांमुळे त्याला त्याच्या आतला आवाज ऐकू येत नाही.

"तुला जे आहे यात चूक वाटत नाही, याचा अर्थ तू स्वतःला स्वीकारले आहेस.. याला मेडिकल भाषेत असेक्शुअल म्हणतात. "

मानोसोपचार तज्ञांनी त्याची अवस्था समजून घेतल्यानंतर त्याचे समुपदेशन केले.'आपली यात काही चूक नाही,आपण काही मुद्दाम करत नाही.' हे कोणाकडून तरी ऐकून झाल्यावर त्याला शरीराने हलके वाटत होते.डोळ्यातून अश्रू वाहून गेले. त्यांच्या भेटींनंतर कुठेतरी त्याच्यात स्वस्वीकृतीचा प्रवास चालू झाला.

अतिदक्षता विभागात बंद डोळ्यांनी सगळं लक्खपणे सत्य दिसत होतं. काही वेळ पुन्हा त्याला पोकळी जाणवली.मग वेळेच्या पटलावरून प्रसंग पुढे सरकले.

प्रत्येकाकडून त्याला 'लग्न कधी करणार' अशी विचारणा होत होती.या प्रश्नाने कधी छातीत,कधी पोटात कळ उमटून जायची. 'अजून नाही माझी तयारी' असे सांगितल्यावर मग 'वेळेत झालं नाही की किती अडचणी असतात.' असे उपदेश व्हायचे तेव्हा कसं सगळं मन भयानं व्यापून जायचं. एकदा तर वैतागून आणि दुःखात त्याचे वडील त्याला म्हणाले, "आम्ही आय-बाप अजून चार दिवस जगावं असं वाटत असेल तर लवकरात लवकर लग्न कर." त्याच्या संपूर्ण शरीरभर झिणझिण्या येऊन गेल्या. त्यांच्या वेदनेतून वाक्याचे बाण निघून त्याच्या काळजात रुतून बसले.

त्याला पुढे जाऊन द्वंद्वाचा काळ आठवला. त्याच्या एका मित्राला त्याने हे सांगितलं तेव्हा त्याने अनेक टिप्स दिल्या . "मुलींच्या बीपी बघ,जरा बोल्ड हो." असं काही काही सांगून पुढे म्हणाला "तुला या दुःखातून बाहेर काढतो की नाही बघ."

"जसा मी आहे त्याचं मला दुःख होत नाही. तसं न स्वीकारता तुमच्या चौकटीनुसार

बदलायला बघता याचं दुःख होतंय मला." खोल वेदनेतून बाहेर पडलेल्या या वाक्यांचा अर्थ त्याच्या मित्रापर्यंत पोचलाही नाही. मित्राने सांगितल्याप्रमाणे त्याने आकर्षण निर्माण करण्यासाठी उपाय करायला सुरुवात केली, तेव्हा तसं करताना त्याला वेगळाच मानसिक त्रास होऊ लागला.

***

सारे प्रसंग सरकत असताना डोळे बंद होते. तो शांततेत पहुडला होता.. सगळ्या प्रसंगांचा अर्थ वेगळ्या पद्धतीने आता त्याच्यापर्यंत पोचत होता. प्रसंगातील नश्वरताही त्याला कळत होती. सोबत कुठलाच आवाज नव्हता. ध्यानधारणेत उच्च अवस्थेत पोचल्याची अनुभूती त्याला होत होती.

वेळच गायब झाल्यासारखे त्याला वाटले. नुसती सर्वत्र पोकळीची जाणीव होऊ लागली आणि अशातच मृत्युदेव त्याच्याजवळ आला.

"आहेस तयार यायला ?" मृत्यूदेवाने विचारले तसा तो काही क्षण गोंधळून नुसताच पाहू लागला. प्रश्नाचा अर्थ लक्षात येताच त्याने विनाभयाने मृत्यूदेवाला विचारले,

"संपला इथला प्रवास?"

"माझ्या स्वाधीन होण्यासाठी घाबरत आहेस!" मृत्यूदेवाने विधान केले, तसा तोही विचाराधीन झाला.

"घाबरत नाही, पण वाटतंय आताच या मृत्यूसमयी काहीतरी गवसलं आहे. त्याचा अनुभव सोबत ठेवून काही पावलं अजून चालावीशी वाटतायत.मानवी अपेक्षा संपत नाही, म्हणून हे मागणं नाही. हा अनुभव वेगळा आहे.." आता कुठलीच खंत उरली नसल्यासारखं, तरीही मागे काहीतरी राहिलं असल्यासारखा तो मृत्यूदेवाला म्हणाला.

"आता तुला या अवस्थेत काहीतरी गवसल्यासारखं का वाटतंय हे लक्षात आलं तुझ्या? तू फक्त तुझ्यासोबत होतास. तुझ्याच आत गेला होतास म्हणून.." मृत्युदेवाचं म्हणणं त्याला पटत होतं. त्याला आता व्यक्त व्हावं वाटू लागलं. आयुष्याच्या

अनुभवावरून तो म्हणाला,

"काहीतरी हवं होतं, तेच मिळालं नाही. फार मोठी अपेक्षा होती का माझी? मग का नाही मिळालं? पण वाटतं, आजची जी घडण आहे, ती त्याच्यामुळेच तर आहे... मात्र पुन्हा कुठेतरी वाटतं, यापेक्षा एक साधं सोपं आयुष्य हवं आहे... जे मोजक्या दिवसांचं किंवा वर्षांचं आयुष्य आहे, त्यात जे हवं त्याचा अट्टाहास करणं यात काय चूक आहे?... यातही जे हवं होतं ते नाही मिळालं ठीक आहे, पण नको असणाऱ्या गोष्टींसाठी बळजबरी होत राहिली.मग स्वातंत्र्य म्हणजे काय? माझ्या अलैंगिकतेबद्दल कळल्यावर आईचे काही दिवस दुखात जातील आणि मग पुन्हा सावरेल, स्वीकारेल असं वाटलं होतं. कदाचित अजूनही तेच होईल..पण आईला सांगितल्यावर ती पूर्ण गळून जाऊन म्हणाली, "यावर आता काय उपाय? असा कसा आहेस तू?" त्या हतबलतेच्या वातावरणाने माझे पुढचे शब्दच घशात अडकले. ते काही क्षण नव्हते, त्यात मला अख्खे युग सामावल्यासारखे वाटत होते. या अशा दुखांना काही अर्थ असतो का हा नुसताच खेळ आहे कसलातरी? असे नुसते प्रश्न असतात, उत्तरं मात्र मिळत नाहीत."

"प्रश्न असतात. नेहमीच प्रश्नांद्वारे तुला काहीतरी सापडू शकतं, पण तूच सांग, प्रश्नांसोबत थांबतोस तू? ते सोडून तू स्वतःला गुंतवतोस दुसरीकडेच. नको असलेल्या खाण्यात, गोतावळ्यात, मालमत्ता जुळवण्यात. जी घडण घडते म्हणालास, तोच विचार पुढे घेऊन जा. तिथे उत्तर नाही, पण तिथे प्रश्न संपणार आहेत."

या रहस्याशी सहमत होऊन त्याने समाधानाने मान हलवली. मात्र लगेच त्याच्या लक्षात आले की, याचा चालू आयुष्यासाठी आता काही उपयोग आहे? मृत्युदेव आला आहे, त्याच्या सांगण्याने अनेक गोष्टी कळतील, पण तो त्याचं काम करायला आपल्याकडे आला आहे, तो इथून आपल्याला घेऊन जाणार.

तो मृत्यूदेवाला जरासा खिन्न होत म्हणाला, " पण याचा आता काही उपयोग आहे का? जे कळलं त्याचा उपयोग आता कुठे करू? तू तर मला या आयुष्यातून घेऊन जायला आला आहेस.."

मृत्युदेवच्या चेहऱ्यावर स्मित आले आणि याचा अर्थ त्याला कळेना. मृत्युदेव खुलासा करू लागला,

"सगळं इथंच सोडून जायचं, पण..ज्ञान अशी गोष्ट आहे, ती तुम्ही पुढे घेऊन जाता. स्वतःचा आवाज पुन्हा शोधला की पुन्हा ज्ञानाचा परिचय होतो.. पण ऐक आता.. या जन्माचा तुझा प्रवास अजून मी संपवलेला नाही."

तो अविश्वासाने मृत्युदेवकडे पाहू लागला. पुढच्या प्रवासाची त्याला भीती नव्हती, पण मागच्या प्रवासात एक बोध झाला होता. तो घेऊन पुन्हा मागे जाण्याची संधी आता मृत्युदेव त्याला देत होता.

"हो.. याच प्रवासात मला तुला परत पाठवायचं आहे. प्रवास खूप अवघड आहे तुझ्यासाठी म्हणतोस, सगळं ठीक आहे. पण त्याच्यापेक्षा तू वर जाण्याचा प्रयत्न कर..... तुझ्यासारख्या कित्येकांचं आयुष्य पणाला लागलं, कित्येकांनी कोवळ्या वयात आपण कोणीतरी भयंकर आहोत म्हणून स्वतःच्या नसा कापून घेतल्या. कित्येकांनी जसे आहोत ते चूक आहोत म्हणून स्वतःलाच न स्वीकारता जीव गमावला, त्यांचा विचार कर."

मृत्युदेवच्या या बोलण्यावर आयुष्याला एक उद्दिष्ट मिळाल्यासारखं तो हरखून गेला.

"अनेक प्रसंगात तुझ्यावर ज्या बाह्य विचारांचे आघात होत गेले, ते तुझ्या आत तू साठवत गेलास. तुझ्या आत एक मानसिक जखम बनली. मग काय झालं? त्या जखमेवर जिथे घाव बसेल, या भीतीने तू ती जागा, ती माणसं टाळू लागलास..." उपदेशाच्या वाणीने मृत्यूदेवाने विराम घेतला आणि म्हणाला,

"त्याऐवजी जखम मुळापासून काढून टाकलीस तर?" त्याला या बोलण्याचं अप्रूप वाटलं.

"ती कशी काढून टाकणार?" तो म्हणाला.

"त्याचा शोध तुलाच घ्यायचा आहे. एखाद्या व्यक्तीला भेटताना जुने विचार न

ठेवता भेटलास तर? व्यक्तीला भेटल्यावर पोटात कालवाकालव होते, कारण पूर्वानुभवामुळे ती व्यक्ती काय म्हणेल आणि काय विचारेल याची कुठेतरी भीती तुझ्या शरीरात आणि मनात बसली आहे. त्या जागा शोध. तुझ्यावर आदळणारे आवाज तू कसा आणि किती वेळा बंद करत राहणार? पण आवाज आदळत राहिले तरी शरीरातल्या ज्या जागांवर त्याचा परिणाम होतो, त्यावर तू नक्कीच काम करू शकतोस. कोणालातरी कोणामुळे त्रास होतोय असे बोल लावले जातात, पण तीच वाट चालून कर्ममुक्तीचा मार्ग असतो. मीपणा सोडून देण्याचा प्रवास प्रत्येकाला आपापला करावा लागतो." मृत्युदेव म्हणाला.

शांतता पसरली.त्याला सर्वत्र फक्त प्रकाश जाणवत होता. जागा अनोळखी वाटत होती. त्याचे प्रश्न संपले नव्हते, पण एक मार्ग गवसला होता. आता त्याला मृत्यूदेवाला काहीही विचारावेसे वाटत नव्हते.

***

अतिदक्षता विभागातून त्याला सामान्य प्रभागात हलवण्यात आले.

उघड्या डोळ्यांनी त्याला संपूर्ण अस्तित्वच नवलाईचे वाटत होते. आजूबाजूच्या बेडवर दवाखान्यातले इतर रुग्ण, पांढऱ्या रंगाचे पडदे, कोपऱ्यातले कपाट, त्यावर ठेवलेली औषधं, झाडांच्या दोन कुंड्या स्थिर डोळ्यांनी पाहताना त्यातही त्याला अर्थ सापडत होता.

'आयुष्याकडून आपल्याला काहीतरी हवे म्हणून आपण अट्टाहास केला, तेव्हा जसे हवे ते घडले नाही. त्या न घडण्याला अर्थ होता. अतिदक्षता विभागात सगळा भूतकाळ तरळून गेल्यावर एक गोष्ट लक्षात आली, भूतकाळातल्या अनेक क्षणात भविष्याबद्दल कुठल्या ना कुठल्या कारणामुळे चिंता होती, मात्र तोच भविष्यकाळाचा क्षण आल्यावर लक्षात आले, बऱ्याचदा असुरक्षितता फक्त विचारात होती.' या जाणिवेने त्याच्या चेहऱ्यावर पुन्हा स्मित आले.

काही दिवसांनी तो कोरोनातून पूर्ण बरा होऊन घरी आला. कोरोनाच्या दिवसातल्या अनुभवाला त्याने कागदावर वाट करून दिली.

कोरोना झाल्यावर, होतो बेडवर

तिथे नव्हते अपेक्षा लादणारे कोणीच

नव्हते समाजाचे नियम, नव्हत्या आई-बाबांच्या इच्छा

येऊ लागला आवाज अंतरात्म्याचा

भेटायला आला एकच सखा, मृत्यू...

होऊ लागला आमचा संवाद

उरलो नाही मी कुणाचा

दिसला माझा 'मी' पणा

मिळाली मृत्यूची शिकवण

मीच मजला केले होते बंदिस्त

घडता संवाद मृत्युसोबत मग

मीच मजला केले मुक्त

पुनर्जन्माच्या
आधी

(पूर्वप्रसिद्धी- माहेर फेब्रुवारी २०२२)

पृथ्वीवरच्या वेळेनुसार त्याच्या मृत्यूला २० वर्षं झाली होती. मात्र त्याचे आता जिथे वास्तव्य होते, त्यानुसार फक्त २० दिवस झाले होते. आता दोन दिवसानंतर म्हणजे पृथ्वीच्या दोन वर्षांनंतर त्याचा पुनर्जन्म होणार होता. तत्पूर्वी त्याला आता पुन्हा त्याच्या पूर्वजन्मीच्या भूमीत प्रवासासाठी जायला मिळणार होते.

त्याच्या भूमीत तो पोचला. या भूमीच्या सगळ्या आठवणी क्षणात जाग्या होऊन त्याच्यात रोमांच भरणारे तरंग निर्माण झाले. मात्र त्याला ती भूमी पाहून मोठे आश्चर्य वाटले. ही आपलीच भूमी आहे का असा त्याला प्रश्न पडत होता, इतका त्या भूमीत बाह्य स्वरूपात बदल झाला होता. सभोवतालची दुकानं, रस्ते, इमारती, त्याची रचना यातला बदल त्याच्या नजरेतून सुटत नव्हता. अतिशय कुतूहलानं पाहत पाहत तो प्रवास करत होता. आता आपण प्रवासात इतकं हरवून गेलोय, आपल्या नजरेत किती अद्भुतता आहे याची त्याला जाणीव झाली. हे असं आपण शरीरात असताना बालपणीच्या दिवसात होत होतं, त्यानंतर हळूहळू ती अद्भुतता हरवून गेली आणि वर्तमानात राहणंच कसं जमायचं नाही, याची त्याला जाणीव झाली. आपल्या शरीरात असतानाच्या निसर्ग सौंदर्यापेक्षा आताचं निसर्गसौंदर्य भौतिकतेत कमी

आहे, तरीही आपल्या आजच्या पाहण्याच्या नजरेत जास्त सौंदर्य आहे.

सारं काही पाहत पाहत तो त्याच्या गतजन्मीच्या घरापर्यंत पोचला. विविध झाडांनी, फुलांनी नटलेला घरासमोरचा परिसर पाहताना तो चालू क्षणात स्थिरावून गेला. त्याचे घर त्याच्या मृत्यूच्या आधीसारखे राहिलेच नव्हते, त्याचे नूतनीकरण झाले होते. हा बदल पाहून आता त्याला त्रास झालाच नाही. शारीरिक अवस्थेत आपण कित्येक वेळा बदल न होण्यासाठी आटापिटा आणि अट्टाहास केला याची मात्र त्याला आठवण होऊ लागली..

मुलाला आंतरजातीय विवाह करायचा होता, मात्र तो वैचारिक बदलाला अजिबात तयार नव्हता. पृथ्वीतलावरच्या वेळेनुसार पाच-सहा वर्षं तो अट्टाहास करत राहिला.

"आयुष्यभर तुझ्यासाठी किती केलं! आता फक्त एकच अपेक्षा करतोय, यात काय चूक आहे का?" राग, भीती आणि अपेक्षेने त्याचे उद्गार निघाले होते.

"जन्म दिला म्हणून मी काय करायचं आणि काय नाही, हे सगळं तुम्ही ठरवणार का? माझा आनंद कशात आहे, हे मलाच माहित आहे." मुलगाही रागात म्हणाला.

"फक्त तुझा आनंद? अरे दुसऱ्याच्या आनंदासाठी स्वतःच्या आनंदाचा त्याग करणं ही मोठी गोष्ट आहे." तो म्हणाला.

हा संवाद आठवून तो वर्तमानात आला. 'आपलं जडण घडण जसं झालं त्यानुसार आपण मुलावर चुकीची आनंदाची व्याख्या लादली होती.' असा विचार करता करता तो तेव्हाच्या अवस्थेत पोचला आणि त्याला भौतिकतेतलं त्याच्या अशा बदल न स्वीकारण्यामागचं भय दिसू लागलं.

'काय होती ही पृथ्वीतलावरची भीती! कोणीतरी आपल्याला काहीतरी म्हणाले की, तोच विचार आपल्या आतून पुन्हा पुन्हा उत्पन्न व्हायचा आणि भविष्याचे चित्र आपल्या डोळ्यासमोर निर्माण व्हायचे, त्यानेच भीती वाढायची. कधीकधी कारणच माहित नाही आणि संपूर्ण शरीरभर ती भीती तशीच राहायची. ज्या परिस्थितीत आणि वातावरणात आपण वाढलो, त्यानुसार आपल्याला मुलाच्या

आंतरजातीय विवाहासाठी विरोधच दर्शवावासा वाटला. ज्ञान वाढवून स्वीकृतीची संधी आणि मार्गच आपल्याला दिसला नाही.'

यातच त्याला तेव्हाच्या परिस्थितीतले अश्रू दिसू लागले. मुलाच्या आंतरजातीय विवाहाच्या न स्वीकारण्याबद्दल मनात एक जाळं तयार झालं होतं. त्यातून सर्व संपल्याच्या भावनेचे अश्रू दाटून येऊ लागले. त्या अश्रूंचं दुःख म्हणजे, ते अश्रू त्याने कोंडून ठेवले होते. आता आठवून त्याला जाणीव झाली, हे अज्ञानाचे अश्रू होते. मुलगा आपल्याला दुःख देत आहे, अशी आपण धारणा केली होती. मात्र हाच नात्यांचा अर्थ होता, त्यातून आपल्या भौतिक प्रगतीची वाढ होती, हे आपल्याला तेव्हा कळत नव्हतं. आपल्या अशा वागण्याला इतरही अनेक कंगोरे होते. आपला मुलगा आपले ऐकत कसे नाही, यात आपला अहं होता. मुलाच्या कर्तव्याची व्याख्या आपण तयार केली होती आणि त्यानुसार त्याचे वर्तन नसल्याने आपला अपेक्षाभंग होत होता.

या परिस्थितीत दिवस सुरु झाला की विचारांच्या गुंत्यांनी सगळं नको नको वाटायचं. दिवसात करण्यासारखे बरेच शारीरिक कर्म होते, पण विचारांनी सर्व स्वतःच्या स्वाधीन करून घेतले होते. शरीराच्या विविध भागात मानसिक आघात करणाऱ्या शस्त्रांचे प्रहार आपल्यावर होत होते…. शेवटी आपला मृत्यू ओढवला. मृत्यूच्या वाटेपर्यंत प्रगल्भता आली नाही आपल्यात. आपल्यात तेव्हा जागरूजता असती तर आपण त्या मृत्यू जवळ आल्याच्या खुणाही आपल्याला दिसल्या असत्या.

तो विचार करत होता, इतक्यात समोरचं वर्तमानातील दृश्य बघून तो स्तब्ध झाला. मुलाने हवा तसाच आंतरजातीय विवाह करून संसार थाटला होता. ते पाहून त्याला समजले, मृत्यूनंतर आपल्याला हवं त्यानुसार झालं नाहीच. आज मात्र हा नवीन विचार, त्यांचा संसार आपण सहज स्वीकारू शकतोय. काय मिळवलं तेव्हा बदल न स्वीकारून?

आज समोर मुलाचा संसार पाहून तो समाधानी झाला. त्याने मुलाच्या संसाराला आशीर्वाद दिला.

***

बदललेल्या घरातही जुन्या आठवणींचा गंध त्याला स्पर्शत होता. त्याला त्याच्या मुलीची आठवण झाली, परंतु संपूर्ण घरात त्याला मुलगी कुठे दिसलीच नाही. मुलगी दुसऱ्या ठिकाणी राहत असल्याचे त्याला समजले आणि शरीराचं बंधन नसल्याने तो मुलगी राहत असलेल्या ठिकाणी पोचला.त्याला त्याची मुलगी दिसली. तिला पाहून त्याच्या चेहऱ्यावर हलके हास्य आले.

त्याला पुन्हा भौतिकतेतले दिवस आठवू लागले. मुलीच्या लग्नानंतर चार वर्षातच ती विधवा झाली होती. सासरी राहणे शक्य न झाल्याने ती आपल्या दोन वर्षाच्या मुलीला घेऊन माहेरी आली. तिची आपण समजूत काढली, पण नंतर तिच्या ह्या आघाताला आपण तितकेसे समजूनच घेतले नाही. तिने एकदा पुनर्विवाहासंबंधी विषय काढला तेव्हा आपण पुढचा मागचा काही विचार न करता तो विषय टाळला होता. "तू खंबीर आहेस. तुला स्वतःची मुलगीही आहे. तिच्यासोबत तुला स्वीकारणारा कोणी मिळणं तसं काही सोपं नाही. अनेक अडचणी असतात. आणि आम्ही आहोत ना !" असं काही काही बोलून तो विषय तिथेच थांबवला होता.

आता त्याच्या लक्षात आले,खरंतर आपल्या मनात होती ती समाजाची रीत आणि त्या रितीनुसार आपल्या विचारांच्या धारणेनुसार तिच्या पुनर्विवाहाला मन राजी होत नव्हतं.

तिच्या ह्या आघाताबद्दल तिला काय हवे, तिला आतून काय वाटतेय हे तिला अनेकदा सांगायचं होतं. पण आपण तिच्यासाठी ऐकण्याची जागाच निर्माण केली नाही. तिचे शब्द ऐकण्याऐवजी आपण आपल्या शब्दांनी, आपल्या धारणेनुसार तिला समजावत राहिलो. तिने स्वतःहून पुनर्विवाहाबद्दल बोलायचा प्रयत्न केला तर आपल्याला कोणीतरी पिंजऱ्यात बंधिस्त करत आहे, असं वाटायचं.वर्तमानात राहण्याऐवजी कुठलीतरी भीती शरीरभर पसरायची. या भीतीपोटी आपण आपल्या मुलीची अवस्था, असाह्यता समजून घेऊ शकलो नाही. ती तेव्हा कोणकोणत्या दिव्यातून गेली ते आज दिसतंय. आपल्या सामाजिक प्रतिष्ठेनुसार हा तिच्यावरचा आघात तिने कशा पद्धतीने हाताळायला हवा आणि तिने काय करायला हवं, हे सांगणारा मी कोण होतो?

'तुझ्यावर माझा विश्वास आहे, तू जो निर्णय घेशील त्याची जबाबदारी तुलाच घ्यावी लागेल. पण माझा तुला पाठिंबा आहे.' कदाचित एवढ्या बोलण्यानेही तिला आपण सोबत करू शकलो असतो.

त्यानंतर तिने पुन्हा जणू एकदा निर्णय दिला, की ती पुनर्विवाहाचा विचार करतेय. 'गावातल्या विधवांच्या परिस्थितीबद्दल कोणी विचार करत नाही आणि तिला त्यांच्यासाठी काहीतरी काम चालू करायचंय'. असंही ती म्हणाली. तेव्हा आपले हात थरथर कापायला लागले. आतल्या भीती आणि रागाने योग्य विचारही आपण करू शकत नव्हतो. आपण ह्या सगळ्यालाच विरोध केला. पुन्हा मुलीच्या आणि आपल्या नातेसंबंधात दरी निर्माण झाली.

हे सगळे आपण का केले? आपल्या अल्प ज्ञानातूनच आपण हे वागलो. मुलीच्या निर्णयाची वेगळीच भीती आपल्या शरीरात भरली. रात्रीची झोप उडाली. काही वेळा आतल्या भीतीने स्वप्नात प्रवेश केला. नियम तोडला आणि समाज आपल्याला शिक्षा करतोय, सगळ्यांनी आपल्याला वाळीत टाकलंय अशी स्वप्नं पडत राहिली. आपण म्हणूनच मुलीच्या निर्णयाला, तिच्या आधुनिक विचारांना प्रतिकार करत राहिलो.

सगळं आठवून तो स्तब्ध झाला. या सगळ्याच्या मुळाशी फक्त प्रेम असायला हवं होतं. सगळे निर्णय, इतरांसोबतचा व्यवहार त्यातून व्हायला हवा होता. कधीकधी तर आपण भीती, रागापोटी स्वतःच्या मनाविरुद्धही वागलो... तरीही आज भौतिकतेच्या बाहेरच्या नजरेतून समजतंय, या सगळ्याबद्दल आता अपराधी वाटण्याची आवश्यकता नाही. यासाठी आपण स्वतःलाही आता माफ केलंय.

त्याला घरात आता मुलगी दिसली. तिला अजूनही हवा तसा जोडीदार मिळाला नव्हता. मात्र तिने विधवांसाठी सामाजिक काम चालू केले होते. आयुष्याला एक सुंदर आणि वेगळा अर्थ आला होता. मुलीची मुलगी म्हणजे त्याची नात आता पंचवीस वर्षाची झाली होती आणि तिचाही याला संपूर्ण पाठिंबा होता. हे सगळं बघून त्याला भरून आलं.

***

भौतिकतेत असताना आयुष्य छोटं आहे, असं त्याला वाटायचं...वाऱ्यासारखे दिवस सरतात. पण त्याच्या आजारपणाच्या दिवसात त्याला वेळेच्या संकल्पनेची वेगळीच शिकवण मिळाली होती. एक तास हा आपण जसं समजतो तसा प्रत्येक वेळेस नसतोच. एक रात्र काढताना त्याला तो एका रात्रीचा वेळ म्हणजे वेदनादायी एक वर्ष, त्याहीपेक्षा असणारा जास्त काळ लोटला असं वाटत होतं.

पूर्वजन्मीच्या मुलांची भेट, पृथ्वीतलावरचा संसार पाहून झाल्यावर, गतकाळाचा पुन्हा अनुभव घेऊन झाल्यावर त्याची परतण्याची वेळ आली होती. भूमीतून पुन्हा त्याच्या जगात येण्याआधी तो मध्ये एका शांत ठिकाणी बसला. त्या ठिकाणी कल्लोळाला अजिबात जागा नव्हती. अर्थपूर्ण विचार त्याला स्पर्शू लागले. 'गतायुष्यात अज्ञानाने बऱ्याच गोष्टी घडल्या.त्या अवस्थेत त्या त्या वेळी मात्र त्याशिवाय दुसरा पर्याय, दुसरा मार्गच दिसला नाही. याच्यामागे अजून दुसरे काही कारण असावे? कर्माचा भोग? जे काही असेल ते, पण अज्ञानातून आपण बाहेर पडूच शकतो.'

मध्येच त्याला मागचा जन्म सुरु होण्याच्या आधीची अशाच अवस्थेतली एक आठवण आली. 'या जन्मी माझी मुलं होऊन येणाऱ्या आत्म्यांना आयुष्यात जे करायचं आहे, ते करू देईन. त्यांना अढथळा निर्माण करणार नाही.' त्यानेच ठरवलेले त्याचे तेव्हाचे शब्द आठवून तो आश्चर्यचकित झाला. 'किती सहजपणे ठरवलं होतं आपण, आणि ते तसं फारसं अवघडही नव्हतं. मग का नाही जमलं आपल्याला?....येणाऱ्या प्रत्येक काळाचा संघर्ष वेगळा असतो, त्यानुसार आपण त्या बदलला तयार असायला पाहिजे.. आता पुन्हा शरीर धारण करून भौतिकतेत आल्यानंतर हे सगळं ज्ञान सोबत राहील? काही गोष्टींबाबत आपण पुन्हा भौतिकतेत अनभिज्ञच राहू. मग?'

विचारांच्या पलीकडून त्याच्या आतून प्रार्थनेचा आवाज आला,' कुठल्याही गोष्टीवर प्रतिक्रिया येण्याआधी एक खरा शांततेचा विचार आतून उमटावा. प्रतिक्रिया भयातून येऊ नये. काही प्रश्नांची उत्तरं माहित नसतील तर ते माहित नसणंही स्वीकारलं जावं.'

तो त्याच्या जागी आता प्रवेश करू लागला, आताच पुढच्या जन्माची दिशा आता त्याला दिसू लागली होती.

योगायोग

(पूर्वप्रसिद्धी -मेनका फेब्रुवारी २०२२)

फोनची रिंग वाजल्यावर मी फोन बघितला आणि त्यावरील 'निहाल' हे नाव बघून माझं हृदय धडधडू लागलं. ह्या अनपेक्षित कॉलमुळे सुखद धक्काही बसला.

"निहाल..." फोन उचलून मी इतकंच म्हणालो. बाकी काही म्हणायला शब्द थिजले होते.

"हॅलो पियुष, कसा आहेस?" त्याच्या आवाजातून इतक्या वर्षातून माझे नाव ऐकताना माझ्या श्वासाची गती मंदावली होती. आमची एकमेकांबद्दल थोडा वेळ विचारपूस झाली. बोलताना मला कळाले की आम्ही दोघंही सध्या एकाच शहरात राहत आहोत.

"माझं एक काम आहे तुझ्याकडे..." निहाल म्हणाला.

"हा बोल ना..."

"प्रत्यक्ष भेट होऊ शकेल का आपली? जरा महत्वाचं आणि सविस्तर बोलायचं आहे?"

"काय निहाल ? विचारायचं काय यात ? तुला तर माहीतच आहे ..." यापुढचं 'तुला भेटायला मलाच किती आवडेल!' हे वाक्य मी म्हणालो नाही, कदाचित त्याला ते आवडलं नसतं.

आमची भेटायची वेळ ठरली आणि मी फोन ठेवून दिला.

जवळपास बावीस वर्षांने त्याच्याशी बोलून मन आनंदलं होतं. असं काय काम असेल त्याचं माझ्याकडं? बावीस वर्षांपूर्वी मी त्याला फक्त माझ्या संपर्कात राहा इतकीच याचना करत होतो, पण काही केल्या ते त्याला मान्य नव्हतं. मग आता काय घडलं की इतक्या अवधीनंतर त्याला माझीच आठवण यावी?

***

निहालची आणि माझी भेट २०१२ साली एका खासगी कार्यालयात काम करताना झाली. तो काळ मला चांगला आठवतो. तेव्हाची माझी मानसिक अवस्था ढासळलेली होती. आपल्या चेहऱ्यावरच्या हास्यामागे चामडीच्या आत काय दुःख आहे, हे कोणाला काही कळत नसते. तेव्हा माझी अवस्था कोणालाच माहित नव्हती. माझ्या अवस्थेसोबत फक्त मीच होतो,ती अवस्था का आणि कशामुळे होतेय हे काही कोणाला सांगण्याचे धाडस नव्हते.

माझ्या नवीन प्रोजेक्ट मध्ये माझी निहालशी ओळख झाली. त्याच्याशी आयुष्यात पहिल्यांदा ओळख झाली असली तरी 'याची आणि माझी फार पूर्वीपासूनची ओळख आहे' असं वाटत होतं. कदाचित या जन्मापूर्वीची? आमची मैत्री अगदी सहज झाली. तो माझा तसा वरिष्ठ होता, पण तरीही माझ्याशी वागण्या-बोलण्यात त्याचा अजिबात अहं नसायचा.

त्याच्याबरोबर मैत्रीचे बंध जुळल्यामुळे माझी बिघडलेली मानसिक अवस्था हळूहळू सुधारू लागली होती.

तो मुळातच हुशार होता. प्रोजेक्ट मधील बरीचशी कामं आम्हा दोघांना एकत्र करायला दिली जायची. मला कुठल्याही कामात अडथळा आला तर मी त्याला विचारायचो. तो सुरुवातीला माझी मदत करायचा. नंतर माझी काळजी

असल्यासारखं म्हणू लागला, "आता तुलाही विनामदत करता यायला पाहिजे. प्रत्येक वेळा तुला सिनियर मदत करायला नाही येणार." यामुळे मला त्याचा क्षणिक राग यायचा..

आनंदाचे दिवस वाऱ्यासारखे भरभर सरतात, त्यामुळे हा प्रोजेक्ट चालू होऊन २-३ महिने कधी संपले कळलंच नाही. मला एकंदरीत काय वाटू लागले काय माहित, पण एक दिवस कॅन्टीनमध्ये जेवायला जाताना मी त्याला विचारले,

"तू इथून रिझाइन केले आहेस ना?"

"तुला कसं कळलं?" माझा अंदाज बरोबर ठरला होता.

"अरे तुला या कंपनीत दोन वर्षही झाली नाहीत आणि तू इतक्या लवकर...." बोलायचं म्हणून बोलताना आतून उदासीनतेची दाटलेली अवस्था काही त्याच्यापर्यंत पोचली नाही.

"जर दुसरीकडेही तेच काम असेल, पण पगार जास्त मिळत असेल तर काय हरकत आहे?" त्याचा हा युक्तिवाद बरोबरच होता.

"तू गेल्यानंतर माझं या प्रोजेक्टमध्ये कसं होणार? तुझी मला किती मदत व्हायची! "रात्री त्याला मी मेसेज केला. खरं तर त्याची सवय ही फक्त कामापुरती नसून वेगळ्या भावनिक पातळीवर झाली होती, माझी इतक्यातच बिघडलेली मानसिक अवस्था मला बरी झाल्यासारखी वाटत होती. पण मी त्याला इतकंच म्हणालो.

"कोणाचं कोणावाचून काही अडत नाही. सगळं व्यवस्थित होईल." त्याचा रिप्लाय आला.

त्याचा नोटीस कालावधी संपायला एक महिना राहिला असताना एकदा मी त्याला मेसेज केला..

"तुला एक सांगितलं तर तू वेगळ्या अर्थानं नाही ना घेणार?आणि कोणालाही नाही ना सांगणार?"

"ऑफकोर्स, विश्वास ठेव." त्याचा इतकाच रिप्लाय आला.

"माझं आकर्षण जिकडे असायला पाहिजे तिकडे नाही. वेगळ्याच ठिकाणी आहे."
मी असं काहीतरी तुटकपणे सांगितलं आणि वर त्यालाच विचारले, "कळाले ना तुला, मला काय म्हणायचंय? "

"काहीच नाही कळाले नीट. तूच सांग ना समजावून." तो म्हणाला. काही क्षण मला अस्ताव्यस्त वाटले, पण निहालसोबत बोलताना मला नेहमीच मोकळेपणा वाटायचा.

"अरे म्हणजे मला.. माझं आकर्षण सेम सेक्सकडे आहे." मी सांगितलं आणि माझ्या हृदयाची धडधड वाढली.

"ओह्ह ...हे कधीपासून.." अगदी सहजपणे तो म्हणाला आणि मला अचानक पुन्हा हलकं वाटू लागले.

"जेव्हापासून मला समजतंय तेव्हापासून."

"तू जास्त सारखा सारखा त्याचा विचार करत जाऊ नको." कदाचित काय बोलायचं न कळून बऱ्याच वेळाने त्याचे उत्तर आले.. त्याच्या या बोलण्यावर मला जरा हसू आलं.

"तुझं याच्यावर काय मत आहे?" मी त्याला विचारलं.

"माझं मत महत्वाचं नाही, पण तू आत्ताच कुठल्याही निर्णयापर्यंत येऊ नकोस. आता बाकीच्या गोष्टींकडे लक्ष दे. करिअर महत्वाचे आहे. तुझी इतर स्वप्नही असतील." इतकी वेगळी गोष्ट त्याने स्वीकारली होतीच, वर मला मनापासून सल्ला देत होता.

दुसऱ्या दिवशी त्याची आणि माझी कार्यालयात भेट झाली तेव्हा काही क्षण मला अवघडल्यासारखं झालं. त्याला माझ्याबद्दल सगळंच माहित होतं, पण त्याच्या नजरेत आणि चालण्या बोलण्यात अजिबात अवघडलेपण नव्हतं. अगदी काल मी जे सांगितलं त्यामुळे त्याच्या आणि माझ्या मैत्रीत काहीच फरक पडणार नाही, उलट ती आणखीनच दृढ होईल याची मला खात्री पटली.

दुपारपर्यंत आमच्यात कालच्या मेसेजेस बद्दल काहीच चर्चा झाली नाही. दुपारचं कॅन्टीन मध्ये जेवण झाल्यावर मीच त्याला विचारलं.

"मी जे काल सांगितलं त्याबद्दल काय वाटतंय तुला?"

"तसं नसेल रे ते, असं कसं असू शकतं?" कुठेतरी त्याच्या आतला कुठलातरी भाग हे मान्य करत नव्हता.

"माझ्याबद्दल सगळ्यात जास्त मलाच माहित असणार ना?" बोलता बोलता आम्ही बाहेर बागेत अशा ठिकाणी जाऊन बसलो जिथे आसपास कुणी नव्हतं.

"तुला आतापर्यंत कधीच मुली आवडल्या नाहीत का?" त्यानं विचारलं.

"त्या अर्थानं नाही.."

"आणि मास्टरबेट करताना काय होतं?"

"तेव्हाही मुलेच डोळ्यासमोर असतात.." हे सांगितल्यावर त्याने वाईट वाटून डोळे काही क्षण झाकले.

माझ्याबद्दल वाईट वाटून त्याची अशी अवस्था पाहून मलाच कसेतरी झाले. काही क्षणाची ती शांतता मला अंगावर आल्यासारखी झाली.

"अरे ठीक आहे. तू इतकं मनाला लावून नको घेऊ." मी त्याच्या पाठीवर हात ठेवत म्हणालो.

"तू मुलींबरोबर नातं जोडायचा प्रयत्न करून बघ. कोणाबरोबर रिलेशन मध्ये राहायचं, किंवा मग कोणत्या पद्धतीने प्रयत्न करायचा तू ठरव..." अगदी वडीलधाऱ्या माणसासासारखं काळजीनं सांगत मला पुढं विचारलं, "आई-वडलांना सांगितलंस याबद्दल?"

"नाही धाडस होत."

"बर.. पण मग बाकी कोणाला सांगू नकोस याबद्दल इतक्यात. आधी तुझ्याबाजूने प्रयत्न कर."

यावर मी काहीच बोललो नाही.

मनातलं इतकं सगळं ऐकून घेणारा एक वेगळाच मित्र आपल्याला आहे, आणि त्याच्यासमोर आपण पूर्ण मोकळे झालो, यामुळे त्या दिवशी आतून खूप शांतता जाणवत होती.

या प्रोजेक्टमध्ये येण्याआधी माझा एकतर्फी प्रेमभंग झालाच होता. ज्याच्यावर माझं प्रेम जडलं, त्याला मी भयानकपणे घाबरतच सांगितलं. ज्या गोष्टीची भीती होती तेच घडलं, तो माझ्यासारखा नव्हता. मी त्याच्यावर प्रेम करावं, ह्या गोष्टीत त्याला त्याचा अपमान वाटला. त्याने माझ्याशी संपर्क तोडून टाकला. मी उध्वस्त झालो. त्यात भर म्हणजे याबद्दल कोणाला सांगता येत नाही, म्हणून मी पार उन्मळून पडलो होतो, पण जणू परमेश्वरानेच त्याची भरपाई करण्यासाठी असा मित्र दिला !

निहालचा या कंपनीतला बघता बघता शेवटचा दिवस आला. इतर सहकाऱ्यांशी भेटून झाल्यावर कंपनीत कागदपत्रं जमा करण्याची औपचारिकता पूर्ण होता होता संध्याकाळ झाली. मी त्याच्याबरोबर थांबलो होतो. त्याचे काम झाल्यावर आम्ही एका कॅफेच्या बाहेर कॉफी घेऊ लागलो.

"तुझी कमतरता नेहमी जाणवेल..."

"सगळं रुटीनमध्ये येईल. बाकी सिनिअर्स सगळे चांगले आहेत. ते तुझी मदत नेहमी करतील."

"या कमतरतेबद्दल नाही, आपल्या मित्रत्वाबद्दल बोलतोय मी.." या बोलण्याने कदाचित तो थोडा अवघडला.

"मित्रही मिळतील...." तो म्हणाला. खरंतर आमची यानंतर कधी भेट होईल, होईल का नाही काही माहित नव्हते. तो आता बदललेल्या नोकरीसाठी हे शहर सोडून दुसऱ्या शहरात जाणार. मला वाटलं, खूप बोलावं आता त्याच्याशी. पण काय बोलावे सुचत नव्हते.

"निघायला हवे.. उशीर झालाय ऑलरेडी.." तो म्हणाला.

कंपनीच्या गेटजवळ आलो, आमच्या वाटा आता वेगळ्या होणार होत्या.

"काळजी घे, नवीन ठिकाणी.." निरोपाचे काय शब्द बोलावे हे न समजून मी त्याला म्हणालो.

"तुही काळजी घे.." तो म्हणाला.

घरी जाताना खूप काही हरवल्यासारखं वाटत होतं. माझ्या डोळ्यातील आसवांना मी वाट करून दिली. आता कधी भेट होईल त्याची नि माझी? काही माहित नव्हते. घरी आलो तेव्हा मनात घर करून राहिलेल्या हुंदक्यांना एकांतात अश्रूंवाटे वाट मोकळी करून दिली.

***

तो मुंबईला नोकरीसाठी गेल्यानंतर अधून मधून मी त्याच्याशी कॉलवर आणि व्हाट्स अप मेसेजवर बोलायचो. एक दिवस मी त्याला मेसेजवर म्हणालो, "एक मित्र म्हणून मी तुला माझ्याबद्दल सगळं सांगितलं, पण एक गोष्ट सांगितली नाही. तीही सांगून मोकळा होऊ का?"

"मी नाही म्हणालो, तर तू शांत बसणार आहेस का? पुन्हा काही दिवसांनी हाच प्रश्न विचारशील. मग आताच सांगून टाक. "मला त्याच्या या बोलण्याचं हसू आलं.

"आधी माझ्या मनात खरंच तुझ्याबद्दल तसं काहीच नव्हतं...पण तुझ्याशी मैत्री वाढत गेली तसा तुही आवडत गेलास मला..म्हणजे त्या अर्थानं..." धाडस करून शब्द जुळवत मी म्हणालो. यावर त्याचं काहीच उत्तर नाही. मी मात्र पुढे व्यक्त होऊ लागलो.

"खरं सांगू, तुला माझ्याबद्दल सांगत असताना कुठेतरी एक विचार आत होताच, तुही माझ्यासारखाच असावास. किती बरं होईल. पण तसं काही नाही ते जाणवलं मला. हे सगळं बोलून मोकळं व्हायचं होतं मला, म्हणून आज सांगितलं तुला हे."

"Thats ok. आय रिस्पेक्ट युअर फीलिंग्स.."

त्याच्या या प्रतिक्रियेने मला एकदम कोंडलेला श्वास मोकळा झाल्यासारखा

वाटला. एक मुलगाच त्याच्यावर प्रेम करतोय याचा त्याला न्यूनगंड वाटला नाही, शिवाय त्याचा यामुळे अभिमान दुखावला जातोय असंही त्याला वाटलं नाही.

***

पुढेही आमचं फोनवरून, मेसेजवरून अधून मधून बोलणं होऊ लागलं. एकमेकांबद्दल विचारपूस व्हायची. 'तू पुण्यात आलास तर भेटू किंवा मी मुंबईला आलो तर मी येईन भेटायला.' असं मी म्हणायचो. यावर तो वरवर 'हो' म्हणायचा. कधी कधी माझा वैयक्तिक राग त्याच्यावर काढल्यासारखा मी त्याच्याशी बोलायचो.असं का व्हायचं मला माहित नाही, पण कदाचित तो हक्काचा वाटायचा. एकदा मी त्याच्याशी फोनवर बोलताना विषय काढला,

"कधी भेटता येईल आपल्याला?"

"योग येईल का नाही काय माहित.."

"हे तुझं दरवेळेचं आहे. मी कधीकधी येत असतो मुंबईत. तेव्हा भेटायचं का?" मला जरा राग आला होता.

"काय गरज आहे भेटायची? जे बोलायचं ते आपण कॉलवर, मेसेजवर बोलत असतो ना! आता भेटून वेगळं असं काय करायचं? "तो म्हणाला. या बोलण्याचा मला जास्तच राग आला आणि मी त्याच भरात त्याला म्हणालो,

"वर्चुअल आणि खरं भेटण्यात काही फरक आहे का नाही?"

"सगळ्याच गोष्टी आपल्या मनासारख्या होत नसतात पियुष. उगाच लहान मुलासारखा हट्ट करू नकोस..." तोही रागात म्हणाला.

"यात काय हट्ट दिसतोय?"

आमच्यातील असा बऱ्यापैकी झालेला हा पहिला वाद.

या प्रसंगानंतर मात्र त्याचं माझ्याशी सहजपणे बोलणंच सुटल्याचं मला जाणवू लागलं. मी मेसेज केला की तो तुटकपणे बोलायचा, कधीकधी प्रतिसादच

नसायचा. याबद्दल विचारले तर सध्या कामात खूप व्यस्त असतो म्हणायचा. अधून मधून फोन केले, एकदाही उचलला नाही. याबद्दल विचारले तरी उत्तर तेच. तुझा वेळ दे, त्या वेळेत फोन करतो म्हणालो तरी 'काही महत्वाचं बोलायचं आहे का? नसेल तर मेसेजवरच बोल ना.' असं म्हणाला. या गोष्टीचा मला राग आला. फक्त फोनवर त्याच्याशी कधीतरी बोलायचं आहे, ही काही खूप मोठी अपेक्षा आहे का?

काही महिने तर त्याचे मी केलेल्या मेसेजवर, मी विचारलेल्या प्रश्नांवर काहीच उत्तर आले नाही.

एकदा मी त्याला रागाने व्हाट्स अँप वर विचारले, "खूप बिझी असतोस माहित आहे, पण कधीही कॉल उचलू शकत नाहीस? कधीही मेसेज करू शकत नाहीस?" यावर उत्तर आले नाही म्हणून मला अजूनच राग आला. मी त्याला म्हणालो, "दर वेळेस बोलत नाहीस, मला उत्तर हवंय.. मी काय मूर्ख आहे म्हणून एकटा बोलतोय का?" यावर त्याने मला काही वेळाने डायरेक्ट व्हाट्स अँपवरून ब्लॉकच केले.

हा अनपेक्षित धक्का बसल्याने मला कळेना, त्यानं असं का केलं? मी अस्वस्थ आणि बैचेन झालो. मी त्याच्याशी खूप मोकळेपणाने बोलत असल्याने मला त्याचा आधार वाटत होता. त्यानं असं का केलं? खरंतर त्याच्यासाठी हे अगदीच सहज असणार, एकजण आपल्या आयुष्यातून नाहीसा झाल्यावर त्याला काहीच फरक पडणार नव्हता. एखाद्याला आपल्या संपर्कात राहायचे का नाही, हा त्याचा निर्णय असायला हवा, हे समजण्याइतका मी मॅच्युअर होतो. पण त्याच्याप्रति मनात असणारी एकतर्फी प्रेमाची भावना हे मान्य करायला तयार नव्हती.

तो दिवस तशाच अवस्थेत गेला. दुसऱ्या दिवशी मी त्याला फोनवरून संपर्क साधण्याचा प्रयत्न केला, तेव्हा माझ्या लक्षात आलं की त्याने फोनवरूनही मला ब्लॉक केलं आहे. मला त्याचा राग आला, पण त्याहीपेक्षा त्याने अशा पद्धतीनं माझ्याशी वागल्याचं मला वाईट वाटत होतं. चिडून आपणही त्याचा विचार सोडून द्यावा,असे मनात आले नाही. त्याच्यासाठी माझा अहंकार असा काही निर्माण व्हायचाच नाही.

क्षणिक रागाने जर त्याने मला ब्लॉक केलं असेल, तर नंतर तो मला अनब्लॉक करेल या आशेवर मी त्याला नंतरही अधून मधून कॉल करून तपासले, पण त्याने मला अनब्लॉक केले नाही. ज्या व्यक्तीत आपण गुंतलेलो असतो, त्याबद्दल आपणच विचार करतो की तो अमुक पद्धतीनं वागायला हवा,आपल्याला अमुक पद्धतीनं समजून घ्यायला हवं. पण ती व्यक्ती आपला साधा विचार सुद्धा करत नसते.

मग एकदा मी त्याला दुसऱ्या नंबरवरून फोन केला. त्याने तो उचलला.

"मी..मी पियुष बोलतोय.कसा आहेस?"

"ओह्ह..पियुष. मी ठीक आहे. हा कोणाचा नंबर आहे?" किमान त्याने माझा आवाज ऐकून फोन कट केला नाही याचे मला बरे वाटले.

"घरच्या नंबरवरून फोन केला आहे.. माझा नंबर तर तू ब्लॉक केला आहेस." आमच्या नात्यात एक दरी निर्माण झाल्यासारखं आम्ही अगदी एकमेकांची मोजकी विचारपूस केली.

"ऐक ..मला अनब्लॉक कर ना.कॉल आणि व्हाट्स अँप वरून." मी त्याला म्हणालो.

"तू मला सांग. तुला काय हवंय माझ्याकडून?" त्याच्या या तुटक बोलण्याचे मला वाईट आणि तितकेच आश्चर्य वाटले.

"मला तुझ्या कॉन्टॅक्ट मध्ये राहायचं आहे."

"काय करायचंय कॉन्टॅक्ट मध्ये राहून? आपण काय लैला-मजनू आहोत का? मला इरिटेट होतं तुझ्या या वागण्याचं. काही लोकं आपल्या आयुष्यात येतात आणि जातात. असं माझ्याही आयुष्यात झालं. आपल्याला नाही आता असं फॉर्मॅलिटी म्हणून एकमेकांच्या संपर्कात राहणं शक्य होणार यापुढे." त्याच्या या शब्दांनी माझ्या मनावर वार होत होता.

"बाकीच्यांचं मला नाही माहित.मला तुझ्या संपर्कात राहायचं आहे."

"तू परत परत तेच बोललास तर मी असं बोलेन तुला की सहन नाही होणार. एवढा लहान आहेस का आता तू की एकच गोष्ट तुला इतकी समजावून सांगावी

लागतेय. नाही जमणार मला. बास "त्याच्या या शेवटच्या वाक्याने तर माझे जणू काळीजच कातरले. क्षणभर वाटलं त्याला खूप काही बोलावं, पण काही बोलायला शब्द ओठावर आले नाहीत.

"मला वाटतंय मला जे बोलायचं होतं ते मी क्लिअर केलंय. ठेवतो मी फोन. परत करू नकोस. अननोन नंबर वरून केलास तर तुझा आवाज ऐकून मी कट करणार. उगच स्वतःला आणि मलाही त्रास देऊ नकोस." नंतरच्या त्याच्या या बोलण्यावर तर माझ्या डोळ्यात पाणी आले, त्याच अवस्थेत असताना त्याने कधी फोन कट केला तेही मला कळले नाही.

तो इतकं काहीतरी भयानक बोलेल असं वाटलं नव्हतं. खूप वाईट वाटले. त्याच्या संपर्कात राहण्याची उरली सुरली आशाही संपून गेली. मन सुन्न झाले.

त्यानंतर मी स्वतःहून त्याला संपर्क साधण्याचा प्रयत्न केला नाही. एका वेड्या आशेने संपर्कात राहण्याबद्दल काही दिवस त्याला टेक्स्ट मेसेज पाठवले, पण त्यावर कधीच प्रतिसाद आला नाही. मग जो संपर्क तुटला तो तुटलाच. यात महिने आणि वर्ष गेली. या दरम्यान माझ्याही वैयक्तिक जीवनाचा प्रवास चालू होता. आमच्या समलैंगिक गटांचे एकत्र येऊन विविध पातळ्यांवर काम चालू होते. भारतातही समलिंगी, उभयलिंगी, लेस्बियन, ट्रान्सजेन्डर यांच्या विविध मागण्यांना हळूहळू मान्यता दिली जात होती. तरुणपण पुढे सरकत आयुष्याचे अनुभव येत गेले तसं मी यातला एक ॲक्टिविस्ट बनलो. कॉउंसेलिंग आणि मानसशास्त्राचा रीतसर अभ्यासक्रम पूर्ण केला. समुदायातल्या अनेक तरुण-तरुणी माझ्याकडे कॉउंसेलिंगसाठी, सल्ले घेण्यासाठी येऊ लागली..

यात मी निहालच्या संपर्कात नसलो तरी त्याला विसरून गेलो नव्हतो. मला संपर्क करणे शक्य नव्हते, इतक्या वर्षात त्याने स्वतःहून कधीच तो केला नाही. एकदा फेसबुकवर त्याला एकाने टॅग केल्याने त्याचे लग्न झाल्याचे समजले होते, पण तो सोशल मीडियावर जवळपास ॲक्टिवच नसल्याने त्याचे काय चालू आहे काही कळायचे नाही.

***

..आणि इतक्या वर्षांनंतर आता असे काय घडले की आज त्याला मला संपर्क करावासा वाटला.

तो भेटायला येण्याच्या ठरलेल्या दिवशी हेच प्रश्न माझ्या मनात होते.तो आता कसा दिसत असेल याबद्दल मनात अनेक तर्क होते, उत्सुकता होती, छाती धडधडत होती. कॉउंसेलिंगसाठी अनेक जण माझ्याकडे येत असल्याने मी घरातच त्यासाठी एक वेगळी खोली बनवली होती, तिथेच तो आज भेटणार होता.

दारावरची बेल वाजल्यावर मी दार उघडले.

"ओळखलं का?"

"अरे निहाल.." त्याला समोर पाहून माझा श्वास संथ झाला.भावनिक होऊन मी काही क्षण त्याला पाहत राहिलो. कदाचित यामुळे त्याच्या चेहऱ्यावर अवघडलेपण आल्याचं मी टिपलं, आणि लगेच भानावर येऊन त्याच्या हातात हात मिळवत मी त्याला आत बोलावलं. अगदी मोजकं बोलताना नकळत माझं मन त्याला बावीस वर्षांपूर्वीच्या त्याच्याशी तुलना करू लागलं. आताचं त्याचं स्मितहास्य उसनं होतं. चेहऱ्यावर थोड्या सुरकुत्या होत्या. आम्ही दोघंही बघता बघता पन्नाशीला आलो आहोत, असे बदल तर होणारच.

'आयुष्यात तुझं असं काय अडलं की तुला माझी आठवण यावी?' मी त्याला सुरुवातीलाच हा थेट प्रश्न विचारला आणि याचं माझं मलाही आश्चर्य वाटलं.

"जुनं विसरला नाहीस तू अजून पियुष?" हसत तोही म्हणाला. इतक्या वर्षांनंतर भेटूनही मधला काळ आणि त्याआधी आमच्यात जे झालं, जणू ते सगळं विसरून आम्ही त्याआधीची आमची कंपनीतली मैत्री असल्यासारखं सहज बोलू शकतो, असंच मला वाटलं.

त्याचं हसणं हे मनापासून नव्हतं, हे मी त्याचा चेहरा बघून सहज समजू शकलो.

"निहाल, सगळं ठीक चाललंय ना तुझं?" मी थोडंसं गंभीरपणे आणि काळजीनं विचारलं. यावर तो अगदी शून्यात माझ्याकडं बघू लागला. मी त्याच्याकडे बघत

होतो.

काही क्षण थांबून तो म्हणाला,

"समलिंगी व्यक्तीचं आकर्षण असणं, याला वैज्ञानिक, मेडिकल दृष्टीने काय आधार आहे रे?" हा माझ्यासाठी अनपेक्षित प्रश्न होता.

"आहे, मी सगळ्या पद्धतीनं तुला आधार दाखवू शकतो की हे नैसर्गिक आहे. विकृती नाही...तू हे आता का विचारतोयस?"

"गेले सहा-महिने माझ्या खासगी आयुष्यात वेगळं वळण आलं आहे...लग्नानंतर वर्षानिच मुलगा अजेश झाला.त्याचं संगोपन करण्यात, त्याला वाढवण्यात दिवस कसे निघून गेले कळलंच नाही. आमचं तिघांचं कुटुंब अगदी आनंदात होतं. कितीही अजेशला पूर्ण स्वातंत्र्य दिलं तरी नकळत कुठेतरी त्याचं शिक्षण, करिअर आणि मग सेटलमेंट या गोष्टींची पालक म्हणून चिंता असतेच रे.... मनात सगळी स्वप्नं बांधलेली असतात आणि हे असं काहीतरी..." तो पुन्हा भावनिक होऊन बोलायचा थांबला. मी मध्ये काही न बोलता त्याच्या पुढे बोलण्याची वाट पाहू लागलो. काही क्षणांनी तो म्हणाला,

"अरे अचानक काही महिन्यांपूर्वी अजेशने मला सांगितले, की त्याचं शारीरिक आणि मानसिक आकर्षण मुलांकडे आहे. त्याला मुली नाही, मुलं आवडतात." निहाल शांत झाला. ऐकून अचानक माझे शरीरच बधिर झाल्यासारखे झाले. हे काय ऐकतोय मी? 'गोष्टी योगायोगाने नाही तर नियती घडवत असते' हा माझा विश्वास अगदी ठाम व्हावा, असं काहीतरी निहाल मला सांगत होता.

"त्याने जेव्हा हे सांगितलं तेव्हा तू कशी प्रतिक्रिया दिलीस त्याला?" माझ्या तोंडून हा प्रश्न आपसूक निघाला. मी इतक्या वर्षात खूप जणांना कॉउंसिल करताना हे ऐकले होते, पण हे निहालकडून अशा वेगळ्या वळणावर ऐकताना धक्का बसलेला होता.

"अगदी खरं सांगू, जेव्हा अजेश मला सांगू लागला, मला तुझाच चेहरा आठवला रे. तू सांगितल्यानंतर मला याबद्दल माहित होते. गेल्या काही वर्षात यावर आलेले

काही सिनेमे पाहिलेत, हे सगळं असण्यात काहीच चूक नाही अशीच माझी समजूत होती, पण माझ्या मुलाने हे सांगितल्यावर माझ्याही नकळत 'हे काही मनावर घेऊ नकोस. जे आहे ते ठीक होईल सगळं.' असेच तोंडून शब्द निघाले."

"म्हणजे किमान तू काही वाईट नाही बोललास त्याला..." आता मी बराच सावरलो होतो आणि एक कॉऊन्सिलर म्हणूनही त्याच्या परीने समजून घ्यायचा प्रयत्न करत होतो.

"अजेशला मी खंबीर चेहऱ्याने सांगितले, काही काळजी करू नको, पण माझ्या मनात तेव्हापासून आतल्या आत वादळ सुरु झालं आहे. त्याच्या आईला याबद्दल अजून काही माहित नाही. मला एकदम तुझीच आठवण झाली. अलीकडे तू या सगळ्या चळवळीत पुढे आहेस, मला माहित आहे.

तुझा शोध घेताना समजलं. तू याच शहरात आहेस. या विषयाच्या निगडित तुझं कार्य चालू आहे, म्हणून तुला संपर्क केला. आज मी तुझ्याकडे आलोय ते एका मुलाचा बाप म्हणून. यातून बाहेर पडता येते का? अजेश म्हणाला, 'गेले काही वर्ष मी एकटाच या गोंधळामध्ये होतो, बट आता मी शुअर आहे.' मी कसं वागायला पाहिजे आता त्याच्याशी?" निहाल अगदी हतबल झाला होता.

अगदी सगळा आडपडदा बाजूला सारून मी उठून त्याच्या जवळ गेलो, त्याच्या पाठीवर हात ठेऊन म्हणालो,

"निहाल, स्वताला सावर. मला तू असा खचलेला कधी बघवत नाही. सर्वांत आधी, तुझ्या मुलाला तुझ्या आधाराची गरज आहे... जे आहे त्याचा सगळ्यात आधी स्वीकार कर.. जर तो शुअर आहे, तर तू त्याला काही वर्ष वेळ दे. तुही तोच तोच विचार करत नको बसू."

माझ्या या बोलण्यानं त्याला बरं वाटल्याचं त्याचा चेहरा सांगत होता.

"अशा असण्याच्या भावना मी त्याला मोकळेपणाने विचारू शकलो नाही .तू मला सांग, काय काय वेगळं घडतं रे?" त्याच्या या प्रश्नाने मला एकदम कित्येक वर्षांपूर्वीचा तो प्रसंग आठवला, जेव्हा मी त्यालांच माझ्याबद्दल सांगत असताना

तो मलाही प्रश्न विचारत होता...आता परत तो एक बाप म्हणून वेगळ्या काळजीने आपल्या मुलाबद्दल मला विचारत होता.

"वयात आल्यावर तुला जे मुलींबद्दल वाटायला सुरु झालं... त्या भावना आठवतायत? तितक्याच तरल, प्रामाणिक भावना त्याच्याही असतील. फक्त त्या मुलींबद्दल नाही तर मुलांबद्दल. आमच्या वेळी होता तेवढा कोंडमारा नाही आता, नुकतीच समलिंगी विवाहांनाही मान्यता मिळाली आहे, पण तरीही ह्या वेगळ्या भावना कदाचित फार तो कोणाला सांगू शकला नसेल. त्यामुळे आतल्या आत त्याची घुसमट झाली असेल. सुरुवातीला त्याला आपण कोणी पापी आहोत, असंही वाटलं असेल. आत्महत्येचे विचार येऊन गेले असतील." निहाल सगळं सुन्न होऊन ऐकत होता.

"हे इतकं सगळं..." त्याला आश्चर्य वाटत होतं. पुढे तो म्हणाला,

"आई बाप म्हणून आमच्या हे लक्षात कसं आलं नाही? आम्ही नेहमीच आपल्या मुलाला जास्तीत जास्त आनंदात, सुखात कसं ठेवता येईल हाच सतत प्रयत्न करत राहिलो. पण हे सगळं नजरेतून कसं सुटलं?"

"पश्चाताप करू नकोस.यात तुझी चूक नाही...पण अजून काही उशीर झाला नाही. त्याने तुला धाडस करून सांगितलंय. त्याच्याशी आता मोकळेपणाने संवाद कर...काय गंमत आहे नियतीची! अगदी प्रामाणिकपणे सांगतो, जेव्हा तू मला समजून घ्यायचा प्रयत्न करत नव्हतास, काहीही ठोस कारण न देता माझ्याशी मैत्री तोडलीस, तेव्हा नकळत माझ्या मनात विचार आला होता, ह्याचं जिवाभावाचे कोणीतरी माझ्यासारखे असेल, तेव्हा माझ्या भावना याला कळतील...नियतीला ते इतकं खरं करून दाखवायचं होतं?" मी अगदी भावुक होऊन म्हणालो. तो एकदम स्थिर नजरेने माझ्याकडे बघू लागला.वातावरणच बदललं .मी काय बोललो हे?

"सॉरी निहाल...तू हे वेगळ्या अर्थाने ..." माझं वाक्य पूर्ण व्हायच्या आतच तो म्हणाला,

"काही चुकीचं बोलत नाहीस. माझ्या मुलाने मला हे सांगितल्यापासून माझ्या मनात आतापर्यंत कित्येकदा हाच विचार येऊन गेला. मला तू इरिटेटिंग वाटायला लागला होतास, म्हणून मी तुझ्याशी मैत्रीही तोडून टाकली. तुझ्या खासगी आयुष्याबद्दल विचारायलाही मी कचरलो. तुझं पुढं काय होईल, याचा मी विचार केला नाही..." तो असं म्हणाल्यावर माझ्या डोळ्यात फक्त पाणी येणं बाकी होतं. जे मी त्याला इतक्या वर्षांपूर्वी समजावीत होतो, त्याला आता शब्दांविनाही समजत होतं.

"अजून तरी कुठे विचारतोयस मला, माझं खासगी आयुष्य कसं आहे ते?"

वातावरण हलकं करायचं म्हणून काहीही उसना विनोद मी केला, तरीही तो किंचित हसून म्हणाला, "सांग, आता मी ऐकेन तुझ्याबद्दल."

"काही वर्षांपूर्वी आई-वडील गेले. आता मी एकटाच असतो घरात..तसा कामाचा व्याप खूप असतो, त्यामुळे माझा गोतावळा खूप मोठा आहे...."

"आणि तुझा पार्टनर...?"

"मला अजून पार्टनर नाही मिळाला... शोधतोय. पण मला मुलं आहेत.." भावनिक हसत मी पुढे म्हणालो.

"लैंगिक कल या विषयामुळे जे गोंधळलेल्या अवस्थेत माझ्या समुदायात येतात, ती सर्व माझी मुलेच आहेत.. तरीही खोटं नाही सांगणार, घरात एकटेपणात वाटत राहतं, लवकरात लवकर एक जोडीदार मिळावा.." माझ्या डोळ्यातून अश्रू ओघळायला लागले, पण पाठीवर निहालचा आधाराचा हात आल्याचं जाणवलं, तेव्हा ते अश्रूही अर्थपूर्ण झाले.

काही काळ आमच्यात काही संवाद झाला नाही, पण तरीही आम्हाला एकमेकांची भाषा कळत होती. त्याच्या मुलासाठी कुठलीही मदत करायला मी तयार असल्याचे, त्याच्या कुटुंबाच्या पाठीशी खंबीर असल्याचे त्याला पूर्ण समजले होते. माझा मित्र पुन्हा मला मिळाला, हे मला जाणवत होते.

नियतीने आम्हाला एकमेकांचा आधार बनवले, असेच मला वाटले.

तो माझा निरोप घेऊन निघाला.

त्या रात्री मला वेगळेच समाधान वाटत होते. शरीराची खोल शांत अवस्था जाणवत होती.

या अवस्थेत मी त्याला लिहू लागलो.

"माझ्या तेव्हाच्या वागण्याचे मला स्पष्टीकरण द्यायचं आहे निहाल. तू मैत्री तोडताना मी बालिश वागत होतो, हे मला तेव्हाही समजत होते, पण मला ते उमजून घ्यायचे नव्हते. माझ्यात असणारी प्रेम ऊर्जा मला हे करण्यास भाग पाडत होती. तुझा लैंगिक कल माझ्यासारखा नाही, त्यामुळे तुझ्यात माझ्याप्रती ती प्रेम भावना तर निर्माण होणारच नाही, हे माहित होते. मग मी काय शोधत होतो तुझ्यात? याचं उत्तर मिळत नव्हतं. खूप वर्षांनंतर कदाचित ते काही प्रमाणात मिळालं. ज्या समाज व्यवस्थेत माझं मन मी कुणासमोर मोकळं करू शकलो नाही, ते तुझ्यासमोर अगदी पूर्णपणे मी मोकळं करू शकलो होतो. तू आयुष्यात येईपर्यंत कोणीही माझ्या प्रेमाला अशा पद्धतीनं स्वीकारेल, हे वाटलं नव्हतं. तू माझ्यावर प्रेम करू शकत नसला, तरी माझं तुझ्यावर प्रेम असण्याला तुझी काहीच 'ना' नव्हती. ही गोष्टही मला खूप समाधान देऊन गेली.

मन कुणासमोर उलगडता येत नसताना तुझ्यासमोर मी अगदी सगळं व्यक्त करू शकतो, अगदी आरपार आरसा होऊ शकतो, ही गोष्टही मला खूप समाधान देत होती. तुझ्या आणि माझ्या प्रवासाचा रस्ता वेगळा आहे, हे मला कळत नव्हतं का? पण तू माझ्या प्रवासाचा सोबती नसलास तरी माझा प्रवास दुरून तरी तो पाहावास. तुझाही प्रवास मला दिसावा, इतकीच अपेक्षा होती माझी.

आध्यात्मिक जगातातूनच आपल्या आयुष्यात कोण माणसं असायला हवीत, याची आपण निवड करतो, असं मी वाचलं आहे. आता नियतीनं घडवलेल्या गोष्टीने यावरील विश्वास अगदी ठाम झाला....

मी तेव्हापासून मला जोडीदार शोधत असताना कदाचित एक चूक नेहमी करत

होतो. प्रत्येकात तूला शोधत होतो, आणि तो सापडत नव्हता.नंतर मात्र मला चूक उमगली.. मात्र अजून जोडीदार नाही मिळाला.

प्रेम ऊर्जा आपल्याला चांगला माणूस बनवते, हे तू माझ्या आयुष्यात आल्यामुळे मला कळाले. ह्या एकतर्फी प्रेमाने मला घडवले. तेव्हाच मी निर्णय घेतला, ज्याला जे प्रेम हवे आहे, त्याला ते मिळवण्याचा हक्क आहे. मी एक्टिविस्ट बनलो. आज माझ्या समुदायातील तरुणांना त्यांच्या आयुष्यातील खरे प्रेम मिळाले, की खूप सार्थ सार्थ वाटते.

तुझ्या मुलाच्या बाबतीत भांबावून जाऊ नकोस. सगळं सुरळीत होईल. मी नेहमी सोबत असेन...”

त्याला हे लिहून झाल्यावर शरीराच्या आत कधीपासून साठलेल्या कित्येक भावना अश्रूंच्या रूपाने ओघळत होत्या.

संसार
कार्य

आश्रमात प्रवेश केल्या केल्या चाळीशी ओलांडलेला सुमित संथपणे जे नजरेस दिसतंय ते डोळ्यात साठवून घेऊ लागला. परिसर अगदीच निसर्गरम्य होता. फाटकातून प्रवेश केल्यावर मोठे अंगण होते आणि ते अनेक झाडांनी सजले होते. अगदी पहिल्यांदा इथे येऊनही सुमितला त्या परिसराशी नातं असल्यासारखं जाणवत होतं. सगळं काही डोळ्यात साठवत तो कार्यालयापर्यंत गेला.

कार्यालयात गेल्यावर संचालक बाहेर कामासाठी गेले आहेत आणि थोड्या वेळात येतील असं त्याला सांगण्यात आलं. तोपर्यंत त्याला कार्यालयात बसण्याची विनंती करण्यात आली. आजूबाजूची दृश्य न्याहाळत तो वाट पाहत बसला.

खिडकीतून बाहेर तिथला सुंदर परिसर पाहत असताना मनोमन तो या जागेची तुलना आपल्या कॉलेजच्या परिसराशी करू लागला. त्याचा कॉलेजचा परिसरही अशाच सुंदर पद्धतीने नटला होता. बाहेर तल्लीन होऊन पाहता पाहता त्याचं मन त्याला कॉलेजच्या दिवसात घेऊन गेलं.

***

सुमितने एम. बी. ए. पोस्टग्रॅज्युएशन अभ्यासक्रमाला प्रवेश घेतला, तो कॉलेजचा आतला परिसर अतिशय सुटसुटीत, मोठा आणि वेगवेगळ्या झाडांनी नटलेला

होता.

कॉलेज सुरु होऊन पंधरा दिवस झाले होते. प्राध्यापक अजून वर्गात आले नव्हते. सगळ्यांची आपापसात बऱ्यापैकी ओळख झाली होती, त्यामुळे आता वर्गात गोंधळ चालू होता. अशातच वर्गात एका नवीन विद्यार्थिनीने प्रवेश केला आणि उपस्थित असलेल्या सगळ्यांच्या नजरा तिच्यावर पडल्या. गोंधळ थांबून आता काहींमध्ये कुजबुज सुरु झाली. ती विद्यार्थिनी बाकावर जाऊन बसली.

तिचा पोशाख तसा साधाच, पण तिच्या चेहऱ्यावरचा मेकअप बघून अनेकांच्या नजरेत एक अवघडलेपण आलं. तिच्या चेहऱ्याकडे बघून तिचं वेगळेपण दिसून येत होतं. मात्र डोळ्यात स्थिरता होती, चेहऱ्यावर शांतता होती.

"आयला, कॉलेजमध्ये आता यांचीच कमी होती वाटतं..." सुमितच्या शेजारी बसलेला त्याचा मित्र माधव म्हणाला आणि अनेकजण मोठ्याने हसायला लागले, तशी तिने मागे वळून नजर त्या तरुणावर रोखली आणि म्हणाली,

"कमी हाय म्हणूनच आलेय ती भरून काढायला."

"फी भारलीयस का... की टाळ्या वाजवत त्यात सूट मिळवून तशीच भरती झाली आहेस." दुसरा एकजण म्हणाला.

"टाळी फक्त एका हाताने वाजत नसते... माझ्याबद्दलचा तुझा गैरसमज दूर करायला आवडल, आता करू की नंतर..?" अगदी शांतपणे ती म्हणाली.

"आताच कर दूर.." वर्गात प्राध्यापक येत तिला म्हणाले, तसा वर्गातला गोंधळ शांत झाला. प्राध्यापक पुढे म्हणाले,

"तुझे ॲडमिशन उशिरा झाले आहे हे कळले मला. आताच तुझ्याबद्दल सांग, तुझी ओळख करून दे सर्वांना."

"मी रीना...खरंतर लय पैश्यांची जुळवाजुळव करत आणि अडचणींवर मात करत मी या कोर्सला प्रवेश घेऊ शकले. माझ्या शिक्षणात मध्ये अंतर पडल्यामुळं मी बाकीच्यांपेक्षा काही वर्ष मोठीच असेन. सर, मला सगळ्यांना एक महत्वाचं सांगू

वाटतंय. मी ट्रान्सजेंडर असले तरी माणूस हाय. ते ध्यानात ठेवून तुम्ही माझा स्वीकार केला, समजून घेतलं तर सोपं जाईल." रिनाच्या या बोलण्याने सुमित मंत्रमुग्ध झाला. आता अनेकजण बऱ्यापैकी तिच्याबाबतीत संवेदनशील झाले.

त्या दिवसापासून विद्यार्थ्यांमध्ये आणि सर्व कॉलेजमध्येच ती चर्चेचा विषय बनली. तिने लिंगपरिवर्तनाचं ऑपरेशन करून ती पुरुषदेहांतून स्त्री बनली होती. ट्रान्सजेन्डर असल्यामुळे तिच्याबद्दल अनेक चुकीच्या समजुती आणि कुतूहल काहींच्या मनात होतेच.

तिच्या वर्गातल्या मुला-मुलींना मात्र हळूहळू तिच्यासोबत वागण्या-बोलण्यात अगदी सहजपणा वाटू लागला. सुमितचीही तिच्याशी ओळख झाली. प्रात्यक्षिकांची त्यांची एकच बेंच असल्याने त्यांचा संवाद होऊ लागला. सर्वांत पहिला ते एकत्र कॅन्टीन मध्ये गेले तेव्हा सुमितने त्याच्या सोबतच्या गँगशी, श्रावणी, अनिश, माधव आणि अश्विनीशी रिनाची ओळख करून दिली. त्या दिवशी सर्वांची ओळख झाल्यावर तीसुद्धा गँगचा एक भाग झाली.

***

एकदा दिवसाचे शेवटचे प्रॅक्टिकल चालू असताना माधवने लॅबच्या बाहेरूनच खुणेने अनिश आणि अश्विनीला बाहेर येण्यास सांगितले. माधवचा घाबरला आणि रडवेला चेहरा बघून त्यांनी कारण काढून लॅबच्या बाहेर पळ काढला. बाजूला बोलवून माधव म्हणाला,

"चला पटकन.. कॉम्प्युटर लॅबच्या आठव्या मजल्यावर.... सुमित तिथून उडी मारायचा प्रयत्न करत होता." दोघेही हादरलेच.

"काय ? त्याला काही झालं नाही ना?" अश्विनीने विचारले.

"इथे नाही काही बोलत. आधी तिकडे चला."

तिघेही वाऱ्याच्या वेगासारखे धावत शेवटच्या मजल्यावरच्या टेरेसकडे गेले. तिथे सुमित आणि रीना होते. सुमित उध्वस्त झाल्यासारखा दिसत होता. त्याला पाहून

सगळ्यांच्या जीवात जीव आला.

"रिनाने त्याला तिकडे जाताना पाहिलं. तिने त्याचा पाठलाग करून नेमक्या वेळी त्याला रोखलं. त्यामुळे अनर्थ टळला.." माधव, अनिश आणि अश्विनीला म्हणाला.

सगळे तिथून निघून झाडाखाली जाऊन बसले. अंधार पडू लागला होता.

"अभ्यास झेपत नाही, पुढचा रास्ता दिसत नाही, एवढ्या कारणासाठी हतबल होणं ठीक आहे, पण म्हणून आत्महत्या?" अनिश सुमितच्या पाठीवर हात फिरवत म्हणाला.

"हे खरंतर एक कारण झालं, पण याहीपेक्षा काहीतरी महत्वाचं कारण घडलं आहे." सुमितने एक निश्वास टाकला आणि म्हणाला," आपल्या वर्गातील श्रावणी..४ वर्षांपासून आम्ही रिलेशनमध्ये होतो. आता ते संपुष्टात येतंय. आता तिचं दुसऱ्यावर प्रेम आहे.. म्हणतेय, तिला माझ्यासोबत भविष्य दिसत नाही, स्टॅबिलिटी वाटत नाही. मला वाटायचं मी तिला अंतर्बाह्य ओळखत होतो. पण आता वाटतंय तिचं माझ्यावर खरं प्रेम नव्हतंच..." सुमितची नजर शून्यात गेली.

"गेले काही दिवस काहीतरी कारण सांगून श्रावणी आपल्यासोबत कॅन्टीनमध्ये, इतरत्र येण्यास का टाळाटाळ करत होती हे आता समजलं.." अश्विनी नाराजीने म्हणाली.

"आता कशातच अर्थ वाटत नाही. सगळं संपल्यासारखं वाटतंय."

"सगळं संपल्यासारखं वाटलं तरीही स्वतःला संपवणं हा पर्याय न्हाय...वाट बदलते, पण रस्ता फुटतोच कुठेतरी." रिनाचे आधाराचे शब्द ऐकून सुमित तिच्याकडे बघू लागला. ती पुढे म्हणाली,

"आता माझी काय गोष्ट सांगू? पुरुष म्हणून जन्माला आले, मग पुरुषासारखं चालणं, बोलणं व्हावं म्हणून बारकी असल्यापासनं बापाच्या लाथा खायची. स्वतःची सख्खी आई, माझं हातवारं खटकलं की मला चटकं द्यायची." रीनाच्या

डोळ्यात पाणी आलं.तिने हातावरचे चटके दाखवले.

"पण हे तू मुद्दाम कुठे करायचीस?" अनिश म्हणाला.

"हे त्यास्नी कुठं कळायचं पण. एक दिवस असं कसं पोर जन्माला आलं म्हणून आईंनं बदडायला चालू केलं. त्याच दिवशी या त्रासाला कंटाळून घराबाहेर पडले. १७ वर्षांची होते. मला माझी गुरु भेटली. भिक मागायला लागले. बाहेरच्या जगातलं काही कळत नव्हतं, पण घरात भीतीत जगण्यापेक्षा ते बरं वाटू लागलं... तरी भिक मागणं पसंत नव्हतं, सन्मानानं जगायचं होतं. तिथल्या बाकीच्यांसनी हे मान्य नव्हतं... सुदैवानं एकदा सुरेखा नावाची ट्रान्सजेन्डर भेटली. ती स्वताच्या पायावर उभी होती. तिची ट्रस्ट होती, भीक मागणं सोडून तिथे काम करू लागले. तेव्हाच ग्रॅज्युएशन करायला लागले."

"आणि मग लिंग बदलाचं ऑपरेशन कधी केलं?" माधवने विचारले.

"तिकडे काम करू लागल्यावर पैसे जमू लागले. काही उसने घेतले आणि मग केलं ऑपरेशन. एक मोठं स्वप्न पूर्ण झाल्यासारखं वाटलं. आता मागं वळून बघितलं की वाटतं जे झालं ते चांगल्यासाठीच."

"या सगळ्यात गोंधळली नाहीस तू? म्हणजे जन्माला पुरुष म्हणून आलीस, आणि ऑपरेशन करणं हाच उपाय वाटला?"

"गोंधळाच्या लय रात्री जागून काढल्या की..स्त्री होणं हाच मार्ग का? मग देवानं पुरुष म्हणून का जन्माला घातलं? स्त्री झाले की मग सगळे प्रश्न सुटणार की पुन्हा नवीन गुंता समोर येणार.. मनाच्या शांत अवस्थेत मग कायतरी सापडायचं. सगळ्यात महत्वाचं म्हणजे, मदतीसाठी आजूबाजूला बरंच काही सापडेल, पण थेट उत्तर कुठंच नसतं. अशावेळी आपल्या आतला कुठलातरी भाग आपल्याला ठाम संदेश पोचवतो.. अंग थरथरतं, शांत वाटतं, किमान त्या वेळेस तरी हाच संदेश आणि हाच मार्ग हाय वाटतं. बास. तेच..आणि मग तेव्हा वाटतं आपला आत्माच हा संदेश आपल्याला देत असतो." रीना बोलत होती आणि सगळे अगदी तल्लीन होऊन ऐकत होते.

त्या रात्री सुमितने डोळे बंद केले तरी तिचाच चेहरा समोर दिसू लागला.

गेले कित्येक दिवस तो स्वतःच्या त्रासात होता. मात्र मन आज स्वताचा विचार न करता तिचा विचार करत होतं. किती अवघड होता तिचा प्रवास? तिचं काय भविष्य आहे? आजही तिचा पूर्णपणे सामाजिक स्वीकार नाही, जोडीदार मिळणं कठीण, तिला स्वतःचं मुल होऊ शकतं?

दुसऱ्या दिवशी सुमित आणि रिनाची भेट झाली तेव्हा त्याला आज एक वेगळी रीना समोर आल्यासारखी वाटत होती.

आतापर्यंत त्याला तिचं फक्त एक बाह्य स्वरूप माहित होतं, पण काल एक व्यक्ती म्हणून प्रवास उलगडल्यामुळे समोर कुणीतरी एक आदर्श, एक प्रेरणा उभी असल्याचा भास त्याला होत होता.

एके दिवशी प्रात्यक्षिक संपल्यावर रीना आणि सुमित कॅम्पस मधल्या चहाच्या टपरीवर चहा घेत होते.

"तू कधी प्रेम केलंस का?" तिच्यावर नजर रोखत सुमितने विचारले.यावर तिनं स्मितहास्य केलं.

"प्रेम केलं की, पण त्यात गोंधळच होता. शाळत असताना तर मी म्हणजे सगळ्यांचा गमतीचा विषय..छक्का, हिजडा म्हणून हिणवून माणशीक त्रास द्यायची मला..अकरावीत असताना एक जण आवडायचा, पण त्याला सांगायला भीती वाटायची... एक दिवस धाडस करून सांगितलं त्याला.. 'तुला मी तुझ्यासारखा छक्का वाटलो का?' म्हणून त्यानं दोन मुस्काटात देऊन अपमान केला माझा." सांगताना तिच्या डोळ्यात आसवं आली.

पहिल्या वर्षाचा शेवटचा पेपर झाल्यावर सुमित, अश्विनी, अनिश, रीना आणि माधवने एकत्र मिळून चित्रपट पाहिला. त्यानंतर संध्याकाळी सुमित आणि रीना शहरातल्या बागेत फिरायला गेले.

"जे झालं ते कधी झालं, मलाही कळलं नाही." सुमित म्हणाला.

"खरंय की, बघता बघता १ वर्ष संपलं न्हाय?" रीना म्हणाली. यावर सुमित हलकेच हसला.

"का..काय झालं?" रीनानं विचारलं.

"मी त्याच्याबद्दल नव्हतो बोलत.."

"मग कशाबद्दल?" रीनाने थांबून विचारले.

"तुला खरंच नाही कळालं...?" क्षणभर सुमित थांबला. आपल्या छातीची धडधड वाढत असल्याचं त्याला जाणवलं.

"अगं...तुझ्यावरती प्रेम कधी बसलं हे माझ्या लक्षात नाही आलं." सुमित म्हणाला. सुमित काय बोलतोय ते रिनापर्यंत पोचायला वेळ गेला. नंतर तिला अनपेक्षित हादरा बसला. शरीरात कुठल्या भावभावनांचा खेळ चालू झाला हे तिचं तिलाही कळेना. थोड्या वेळानं तिच्या डोळ्यातून पाणी यायला लागलं. सुमित गोंधळला. तिच्या या प्रतिसादाचा अर्थ काय आहे, हे त्याला कळेना.

"मी तुझ्यावर प्रेम करू शकत न्हाय....." अश्रूंनी भरलेले डोळे सुमितवर रोखत ती म्हणाली. पुढे तिला तिथे थांबणे शक्य होईना. तिथून ती पळत निघू लागली. सुमित तिच्याकडे गोंधळलेल्या अवस्थेत पुतळा बनून पाहत बसला.

***

दुसरं वर्ष चालू झाल्यावर एकदा कॉलेजमध्ये सुमितने रिनाला भेटून विचारले, "थांब,का टाळतेयस मला?"

ती काहीच बोलली नाही. सुमितने प्रपोज केल्याच्या दिवसापासून ती सुमितला टाळत होती.

"आवडत नसेल तर तसं सांग नं स्पष्ट.. मला तुझं हे वागणं नाही समजत."

"मी कुठे म्हणाले तू मला आवडत न्हाय म्हणून..उलट पहिल्यांदा माझ्यावर कोणीतरी खरे प्रेम केले म्हणून मी भारावून गेले हाय." अगदी शांतपणे ती सुमितकडे

डोळ्यात बघत म्हणाली. सुमीतही शांत झाला.

"मग काय म्हणून तू माझ्यापासून दूर पळतेयस?" सौम्यपणे सुमितने विचारले.

"ते प्रेम मी स्वीकारू शकत न्हाय म्हणून.. माझी स्वप्नं वेगळी हायत." काहीतरी गूढ लपवत असल्यासारखं तिच्या डोळ्यात अश्रू आले..

"त्या स्वप्नात मी बसू शकत नाही? मी भागीदार होऊ शकत नाही?" या बोलण्यावर तिने सुमितची नजर टाळली.

"हे सगळं तू इमोशनल होऊन बोलतोयस, म्हणून तुला सत्य परिस्थिती लक्षात येत नाहीये."

"काय म्हणायचंय तुला? तू ट्रान्सजेंडर असल्यानं आपल्याला अडचणी येतील? समाज तुझ्यामुळे मलाही स्वीकारणार नाही की आपल्याला मूल होणार नाही? हे बघ, या सगळ्याला तू घाबरून पुढे जायला नकार देत असशील तर मी सगळ्याचा विचार करून ठेवला आहे, माझी सगळ्या गोष्टींना.....''

तोही समजावीत तिला म्हणत असतानाच त्याचं बोलणं तोडत ती म्हणाली,

"नको रे इतकं गुंतवून ठेवू..." पुढे ती काही बोलणार इतक्यात त्याने तिचा हात हातात घेतला.तिच्या हाताची थरथर त्याला जाणवू लागली. तिच्या मनाची द्विधा परिस्थिती झाली होती.

"काही बोलू नको पुढे. फक्त विश्वास ठेव." त्याच्या विश्वासाने तिचा श्वास स्थिर झाला.

रिनाच्या त्या शब्दाविनाच्या होकाराने तो खुलून गेला. छातीत प्रेमाची हवीहवीशी धडधड जाणवत राहिली. दिवस हिरवाईने नटलेले वाटत होते. तो रिनाच्या प्रेमात बुडाला होता. मात्र एके दिवशी त्याचा रिनाशी संपर्क झाला नाही, तो दिवस बेचैनीत गेला. 'काहीतरी अडचण असेल, नंतर होईल संपर्क' असं म्हणून माधवने त्याची समजूत काढली. त्यानंतरचे दोन दिवस तिचा काहीच संपर्क नाही म्हणून तो अस्वस्थ झाला. शेवटी तो तिच्या खोलीवर गेला. एका मुलीने दार उघडले.

"रीना..?" सुमितने विचारले.

"तू...सुमित?" सुमितने मानेनेच होकार दिला.तिने सुमितला आत बोलावले.

"तू इथे आलास तर रीनाने तुला एक निरोप द्यायला सांगितला होता. एक मिनिट आलेच." ती उठून आतून एक चिठ्ठी घेऊन आली.

"ही चिठ्ठी .तुझ्यासाठी." हृदयाच्या धडधडत्या ठोक्यांसहित त्याने रिनाची चिठ्ठी उघडली.

"आपले रस्ते एकत्र येऊ शकत न्हायत. आपण प्रेमात असताना पण एक भीती कायम माझ्या पाठीमागे असते. तुझं माझ्यावर जे प्रेम हाय, त्याचा मी आदर करते. त्या प्रेमाखातर एकच वचन मागते, मला शोधू नकोस... माझा प्रवास वेगळा हाय."

स्तब्ध अवस्थेत त्याच्या हातून ती चिठ्ठी गळून पडली. त्याला आश्चर्य वाटले, त्याचबरोबर अचानक त्याच्या मनात अनेक प्रश्नांचं काहूर माजलं.

***

आश्रमात खिडकीबाहेर पाहताना कॉलेजमधल्या प्रवासात रमून सुमितचे डोळे स्थिर झाले होते.

"नमस्कार, आपण मला भेटायला आला आहात ना?" स्थिर डोळ्यांनी आठवणीत हरवलेला सुमित एका तरुण मुलाच्या वाक्याने भानावर आला.

"हो..आपणच?...." सुमितने त्याला विचारले.

"मीच या संस्थेचा संचालक..अर्जुन..." नाव ऐकताच सुमितच्या चेहऱ्यावर हलके हसू उमटले.

"मला ....रिनाला भेटायचं आहे.." अर्जुन स्तब्धपणे सुमितकडे बघू लागला. सुमितने नजर फिरवली आणि त्याला पुन्हा भूतकाळ दिसू लागला.

***

रिनाने कोर्स मध्येच का सोडला, ती कुठे गेली, याचे उत्तर कोणालाच माहित नव्हते. कॉलेज संपल्यावर सुमितचे मित्र मैत्रिणी आपापल्या मार्गाला लागले.कोणी नोकरी, तर कोणी व्यवसायात स्थिर होऊ पाहत होता. सुमितने रीनाचा शोध न घेण्याचे वचन पाळले होते...एके दिवशी त्याला फोन आला.

"हॅलो, सुमित ना?"

"हो, बोलतोय..."

"मी रीना.." जवळपास ७-८ वर्षांनंतर तिचा आवाज आणि नाव ऐकून त्याचं सर्वांग थरथरू लागलं.दोन क्षण काही प्रतिसादच देता आला नाही.

"रीना..." या व्यतिरिक्त कुठलेच शब्द निघाले नाहीत. अचानक आपल्याला हुंदका येत असल्याचे त्याला जाणवले.

"सुमित, मला तुला भेटायचं आहे.." सुमित तिच्या या शब्दांनी भानावर आला.

परक्या गावात रिनाला भेटायला जाताना त्याच्या हृदयातून पुन्हा प्रेम बहरत होते. इतक्या वर्षातून पुन्हा काहीतरी नवा अर्थ सापडल्याचे त्याला जाणवत होते. त्याच्या मनात अनेक प्रश्न होते, पण त्याहीपेक्षा रिनाला भेटायचे कुतूहलही होते.

दरवाजा उघडला गेला.रीना आणि सुमित समोरासमोर आले. इतक्या वर्षांनी तिला पाहिल्यावर जो आनंद त्याला व्हायला हवा होता, त्या जागी मात्र त्याच्या चेहऱ्यावर आश्चर्य दाटलं. रिनाला पाहूनच तिची ढासळलेली प्रकृती त्याला दिसली. तिच्या चेहऱ्यावर थकवा आणि वजन घटलेले.

"रीना, तू बरी आहेस ना? काय हाल करून घेतलं आहेस.." इतक्या वर्षातील अबोलपणाचं अंतर विसरून सुमित तिच्याजवळ जात काळजीने म्हणाला.

"अजूनही तू बदलला न्हायस, अगदी तसाच हायस." रीना अगदी प्रेमभरल्या नजरेने त्याच्याकडे बघत म्हणाली. सुमीतने तिच्या खांद्यावर हात ठेवला.

"सगळे प्रश्न मनात आहेत..का सोडून गेलीस मला.. का शब्दात अडकवलंस...?" सुमितने विचारले.

"सगळं सांगेन आज.. काही ठेवणार नाही.." शांतपणे सुमितला आश्वस्त करत ती म्हणाली.

"सुमित, आजची आपली भेट खास हाय...... मी जाण्याआधी मला तुला एकदा बघायचं होतं, भेटायचं होतं आणि तुझ्या उत्तरं न मिळालेल्या प्रश्नांची उत्तरं द्यायची होती." तिचं शेवटचं वाक्य सुमितपर्यंत पोचायला एक दोन क्षण गेले.

"काय बोलतेयस तू... कुठे जाण्याआधी?" दोन्ही हात हातात घेत विचारताना त्याचा आवाज जड झाला होता.

"हे जग सोडून जाण्याआधी..." शब्द सुमितच्या काळजाच्या आत गेले आणि त्याच्या देहाची पुतळ्यासारखी अवस्था झाली.

"मी HIV पॉजिटीव्ह हाय. एका टप्प्यावर पोटाचा प्रश्न होता तेव्हा दुसरा काहीच पर्याय नव्हता. घरातून बाहेर पडले तेव्हा भीक मागताना मलाही बाहेरचा रस्ता दिसत नव्हताच.. मग कोणीही गळ्यात पडलं की त्याला जवळ केलं. त्यातून हे.. कॉलेजमध्ये असतानाच मला हे कळालं होतं....तेव्हा तो मी धक्का पचवला. पण..." तिचं वाक्य पूर्ण होण्या आधीच सुमित एकदम धक्क्याने खालीच बसला.

सुमित आणि रीना एकमेकांच्या जवळ हातात हात घेऊन बसले होते. सुमितचं डोकं रिनाच्या खांद्यावर होतं.

नजर शून्यात होती.

"एक पार्टनर मिळावा हे स्वप्न होतं..तू विचारलंस. मला प्रपोज केलंस. अगदी त्याच्याच काही दिवस आधी मला माझ्या HIV बद्दल समजलं होतं.. वाटायला लागलं, हातात मोजकी वर्ष हायत. माझं दुसरं स्वप्न मला पूर्ण करायच होतं... त्या स्वप्नात मी वाहवून घेतलं. ट्रान्सजेन्डरसाठी काम सुरु केलं."

"पण तुझ्या या आजाराबद्दल तू मला तेव्हाच का नाही सांगितलंस? मी त्यातही तुझी सोबत केली असती.."

रिनानं सुमितचं डोकं उचललं. त्याच्या डोळ्यात बघत म्हणाली,

"तेच मला नको होतं... त्या दिवशी तू विश्वास दिलास. माझ्या थरथरत्या हातांना आधार दिलास. लय विचार केला तेव्हा. निर्णय घ्यायच्या आधीची रात्र लय तळमळत काढली मी.... मनावर दगड ठेवून ठरवलं. जे बरोबर वाटलं ते ठरवून तिथनं तुला न सांगता निघाले. माझी स्वप्न मोठी होती, त्यात तू मला साथ दिली असतीस हेही मला माहित हाय, पण माझ्यामुळे तुझी फरफट होऊ नये म्हणून मी हे सगळं केलं... आपला संसार सुरु झाला असता, पण जोडीदार म्हणून मी काही तुला कायमसाठी पुरणार होते का, हे माहीत नव्हतं."

"आणि मी तुला विसरून नवीन आयुष्य सुरु करावं म्हणून तू मला तुला न शोधण्याचं वचन मागितलंस.." सुमितचे डोळे पाणावून गेले होते.

काही क्षण रीना थांबली आणि ओघळत्या अश्रूंनी म्हणाली,

"सुमित, सापडलं ना नवं प्रेम? संसार सुरु केलास?.." सुमित रिनाच्या डोळ्यात बघू लागला. काहीच बोलला नाही.

तिला उत्तर मिळालं..ती सुमितचा हात दाबत म्हणाली, "आठवणींच्या हिंदोळ्या सुख देणाऱ्या वाटत असतील तुला..पण फक्त आठवणींवर आयुष्य न्हाय काढता येत.. कुणीतरी हाय तुझीही वाट बघणारं.. त्यासाठी तुझे डोळे उघडे ठेव.." सुमितच्या डोळ्यातून अश्रू चालू झाले होते. काहीसं ठामपणे ती म्हणाली," ही आपली शेवटची भेट..." तिच्या या पुन्हा असं वचन घालण्याचा अर्थ सुमितपर्यंत पोचला. काही क्षण नुसतीच शांतता होती. "तुला कधी भेटावेसे वाटले,बोलावेसे वाटले तर?" सुमितने तिला प्रश्न विचारला.

"भेटेन मी... माझा संसार थाटलाय मी.. सुरुवातीला ट्रान्सजेन्डरसाठी काम चालू केलं.. पण नंतर एका अनाथ मुलाला दत्तक घेतलं आणि जगण्याला अजून एक वळण आलं. अनेक मोठी स्वप्न पूर्ण झाल्यासारखी वाटली. जे ट्रान्सजेन्डर स्वतःच्या पायावर उभे राहिले, त्यांचाच पुन्हा लय हातभार लागला.. आणि मग आम्ही एक आश्रम काढलाय.. तिथं फक्त ट्रान्सजेन्डर न्हाय, तर आता अनाथ मुलं आणि वृद्धांसाठी पण काम वाढवायचं हाय...." अश्रूंनी भरलेल्या सुमितच्या

 राहुल शिंदे

डोळ्यात हे ऐकताना अभिमान दाटला होता. रीना बोलता बोलता थांबली.

"मी जेव्हा या जगात नसेन ना.....तेव्हा तिथे माझ्या आश्रमात भेटेन मी.. तोच माझा संसार हाय.. आता अर्जुन, माझा दत्तक मुलगा मोठा होतोय, तो हळूहळू आश्रम संभाळतोय.. माझ्या ट्रान्सजेन्डर मैत्रिणी पण आहेतच.."

रीना पुन्हा शांत झाली आणि म्हणाली,

"पण तिकडे भेटायला येण्याची एक अट हाय.."

***

"मला खरंतर रिनाला भेटायचं आहे.." सुमित असं म्हणाल्यावर अर्जुनने विचारले, "आपण सुमित ना..?"

अर्जुनने दिलेल्या या ओळखीने सुमित आणि अर्जुन एकमेकांकडे बघू लागले.

"हो, पण तुम्हाला... तुम्ही मला ओळखता?" सुमितने विचारले.

"आईने सांगितले होते तुमच्याबद्दल.. तुम्ही तिला इकडे नक्की भेटायला याल हेही सांगितलं होतं...पण इतक्या वर्षानंतर?" यावर सुमितने हलके स्मितहास्य केले.

"हो, रिनाने, तुझ्या आईने अट घातली होती..... जर मी नव्या आयुष्याला, नव्या जोडीदारासोबत संसाराला सुरुवात केली तरच मी इकडे येऊ शकतो.."

" ती अट आता पूर्ण झाली मग?" अर्जुनच्या या प्रश्नावर सुमितचे डोळे स्थिर झाले, श्वास संथ झाला.

"रिनाने तिच्यात अडकून न राहता, तिला विसरून मी नव्या जीवनाला सुरुवात करावी म्हणून खूप काही केले. अगदी कॉलेजनंतर काही वर्षांच्या भेटीतही तिने मला परत कधीही न भेटण्याची अट घातली.. शेवटी इथे भेटायला येण्यासाठीही तिने मला तीच अट घातली.. इतकी वर्ष मी घालवली... जवळच्या माणसांना दुखावले... मनाच्या खोलात गेलो. अनेक अवस्थांमधून प्रवास केला आणि आज इथे आलोय.. अट इथेच पूर्ण करायला..." सुमितच्या या बोलण्याचा अर्थ अर्जुनला

कळाला नाही. तो प्रश्नार्थकपणे सुमितकडे पाहू लागला... सुमित काही क्षण थांबला...आणि म्हणाला,

"जिथे रिनाने संसार केला, त्याच आश्रमात मला माझ्या संसाराला सुरुवात करायची आहे.. हा आश्रम हाच माझा संसार... तिने जो संसार थाटला, तेच संसार कार्य मला करायचं आहे."

थिजल्यासारखं अर्जुन सुमितकडे पाहू लागला. त्याच्या डोळ्यात अश्रू दाटले.. सुमितचा चेहरा उजळून गेल्यासारखा भासत होता.

"चला, आईला भेटूया ना?" अर्जुनने सुमितला विचारले, तसा सुमितच्या अंगावर शहारा आला.

सुमित आणि अर्जुन दोघेही रिनाची भेट घेऊ लागले. तिथल्या अनाथ मुलात, वृद्धांकडे पाहून.. ट्रान्सजेन्डरना भेटून, तिथल्या मातीत सुमितला रीना भेटत होती.

शेवटी दमून भागून ते पुन्हा कार्यालयात आले. रिनाच्या फोटोसमोर ते उभे राहिले आणि सुमितने डोळे भरून रिनाची भेट घेतली.

माहीत नसलेला
प्रवास

"खूप दिवसांनी आलात ताईसाहेब, शहरात राहून गावाला विसरलात वाटतं." घरात स्वयंपाक करायला येणाऱ्या रमाताईनं, उशिरा आवरून न्हाणीघरातून बाहेर येणाऱ्या मधुराला विचारलं.

"गावाला विसरलीये का माहीत नाही, पण बाबांना तर विसरलीसच वाटतंय. रमा, चार महिन्यांनी येतेय मधुरा मला भेटायला." वडलांनी दिवाणखान्यातूनच आवाज दिला.

"हो, माझ्या बाबांना माझ्या प्रकृतीपेक्षा माझं लग्न कधी होणार, याची चिंता असते, म्हणून मी त्यांना विसरले." मधुरा गमतीत म्हणाली. रमाही मोकळेपणानं हसली

"विसर मला, पण आता आलीच आहेस, तर दोन स्थळं बघूनच जा." वडील हे गमतीत म्हणतायेत का खरंच, या विचारानं मधुराच्या चेहऱ्यावरचं हास्य गायब झालं.

थोड्या वेळात वडलांना तिनं फोनवर बोलताना ऐकलं. "काल संध्याकाळी आली आहे मधुरा. तू आणि दाजी दुपारपर्यंत याल ना?"

"बाबा, कुणाला यायला सांगताय?" तिनं विचारलं.

"अगं तुझी आत्या आणि मामा येणार आहेत तुला भेटायला. "वडलांनी तिच्याकडे न बघताच उत्तर दिलं.

"दोघंही? काय विशेष काम?'

"अगं... येत नाहीत का इकडे ते अधूनमधून? आता योगायोगानं तू आलीच आहेस म्हणून आजच बोलावलं." वडलांचं हे स्पष्टीकरण ऐकताना त्यांच्या अडखळलेपणानं आणि चेहऱ्यावरच्या भावानं मधुराच्या मनात शंका निर्माण केली. 'मी येणार आहे, हे बाबांना कळलं आणि आधीच त्याबद्दल त्यांनी आत्याला सांगून ठेवलंय. आता तर तिच्यासोबत मामाही येताहेत. नक्कीच यांचं मला लग्न करण्यासाठी उपदेश देण्याबद्दल ठरलं असणार.' विचारानं मधुरा जराशी अस्वस्थ झाली.

आत्या आणि त्यांचे यजमान आल्यावर मधुरा आणि तिच्या वडलांनी त्यांचे स्वागत केलं. चहापाणी घेताना इकडच्या तिकडच्या गप्पा झाल्या.

"मग, किती दिवस आहेस अजून?" मधुराला तिच्या मामांनी, आत्याच्या यजमानांनी विचारलं.

"अजून आहे तीन-चार दिवस. नंतर जाईन. आता पुढच्या महिन्यात परीक्षा आहेत ना..."

"अजून आहेतच का परीक्षा! बास झालं की आता. म्हातारी होईपर्यंत शिकतच राहणार का? तीस वय झालं ना आता! तुझ्याबरोबरच्या मुलींना दोन पोरं झाली. "मामांच्या अशा पद्धतीच्या मस्करीत बोलण्याची सवय मधुराला होती. त्यामुळे या बोलण्यानं तिला काहीच वाटलं नाही.

"तिला 'सोशल स्टडी' शिकण्याची आवड आहे. शिकू दे." आत्यानं आपल्या यजमानांचं म्हणणं सावरलं, तरी थेट विषयाला हात घालत पुढे म्हणाली, "पण या गोष्टी लग्नीन झाल्यावरही सुरूच राहू शकतील. यांच्या माहितीतली दोन स्थळं आहेत. तुझ्या बाबांना यांनी फोटो पाठवले होते. पण तुझीच तयारी नाही म्हणून थांबलोय. आता स्थळं बघून घेतेस आलीच आहेस तर?"

 राहुल शिंदे

आत्याच्या या बोलण्यानं मधुराला आपल्या पोटातून भीतीची कळ आल्यासारखं झालं. 'वडलांना आपण ओझरतं सांगितलंय, आपण लग्नासाठी का थांबलोय ते, तरीही त्यांना समजून घ्यायचं नाहीये. नातेवाइकांकरवी आपल्याला ते तयार करण्याचा प्रयत्न करताहेत.' विचार करून मधुराला वाईट वाटलं.

"नाही... कसं आहे, या परीक्षेच्या मध्ये मला व्यत्यय नको आहे. शिवाय सोशल स्टडीचा भाग म्हणून मला पुढे तीन महिने भारताबाहेर जायचंय, त्यामुळे तिकडून आल्यावर बघू." मधुरानं अडखळत उत्तर दिलं.

"तिकडं जायला अजून वेळ आहे. आता फक्त स्थळं बघायचीत. लग्नाची तारीख तुझ्या परीक्षा आणि परदेशाहून येण्याच्या तारखेनंतरची एकमतानं ठरवू ना आपण..." वडलांनी पर्याय सुचवला.

कितीही कारणं दिली, तरी आता कुणी ऐकत नाही म्हणून मधुरा आवेशात आली आणि म्हणाली,

"नाही, मला अजून सहा महिने लग्नाचा विचार करायचा नाहीये."

"का करायचा नाही?" आत्यानं विचारलं.

"माझी तयारी नाही."

"हे बघ, आम्ही एवढ्या लांबून हे ऐकण्यासाठी आलोय? तू एकतर तयार हो, नाहीतर तयार न होण्याचं पटण्यासारखं कारण सांग, तोपर्यंत आम्ही इथेच राहणार." तिचे मामा पुन्हा विनोदी शैलीत म्हणाले. तिचे ओठ मात्र अजूनच कोरडे झाले. खूप क्षणानंतर प्रयत्न करून ती म्हणाली, "मी सांगितलं आहे बाबांना."

"निवृत्ती काय सांगितलंय तिनं तुला?" आत्यानं तिच्या बाबांना विचारलं.

"हं, ती म्हणाली, की तिला मुलं आवडत नाहीत. समलिंगी आवड आहे तिची. असं आहे का कुठे आपल्याकडे?" जरासं कचरत, अस्पष्टपणे वडील म्हणाले आणि थरथरणाऱ्या मधुरानं आत्या आणि मामांच्या चेहऱ्यावरचा गोंधळ टिपला. आपली शारीरिक, मानसिक स्थिती नीटशी त्यांना कळाली नव्हती, हे त्यांच्या

चेहऱ्यावरून तिला समजलं.

"म्हणजे... नेमकं काय? काय मेडिकल प्रॉब्लेम हाय का?" तिच्या मामांनी विचारलं.

"मेडिकली ती पूर्ण फिट आहे. मला तर वाटतंय, फक्त तिच्या मनाचा गोंधळ आहे हा सगळा." वडील म्हणाले.

"मी काय मुद्दाम बनवलाय का हा गोंधळ?" शक्य तितक्या संथपणे मधुरा म्हणाली.

"एकदा लग्न झालं ना, की सगळी आवड निर्माण होते." आत्यानं समजावलं.

"हे असं चालतं का ? आपल्या पै-पाहुण्यांपैकी कुणी आहे का असं?" वडील म्हणाले.

"पै- पाहुण्यांपैकी काय? पूर्ण समाजातच काही चालतं का असं? लग्न तर करावंच लागतं." आत्यानं आपलं मत मांडलं.

"पण जे आहे ते मी सांगितलं, माझी नाही तयारी..." मधुरा परत धीरानं म्हणाली. आत्या आणि वडलांना आता मधुराला कसं समजवावं कळेना.

"बरं, जाऊदे. आपले तालुक्यातले देसाई डॉक्टर आहेत, त्यांना दाखवू आपण." विचार करून आत्याचे यजमान मधुराला असे म्हणून पुढे म्हणाले, "बरं का निवृत्तीनाना, देसाई डॉक्टरांनी अनेकांच्या लैंगिक समस्या सोडवल्या आहेत. शंभर टक्के यावर ते औषध देतीलच. तिकडून जाऊन या. मग तिच्या सहमतीनंच बघायला सुरु करू."

"हे एकदमच पटलं, तसं करू आपण. चालेल ना मधुरा?" वडील पूर्ण आशावादी पणानं म्हणाले.

'माझ्याबद्दल आत्या आणि मामांना नीटसं कळलेलं नाही. शहरातलेही काही डॉक्टर याला समजू शकत नाहीत. तालुक्यातल्या डॉक्टरांना याबद्दल काय माहिती असेल?' मधुराच्या मनात विचार आला, पण तिलाही आता सगळं मनात ठेवायचं, अनेक गोष्टींची काल्पनिक भीती बाळगायची आणि एकटीनंच सगळं सहन करायचं

यातून बाहेर पडायचं होतं, म्हणून तिनं हा प्रवास करून बघू, असा विचार केला.

"हां, ठीक आहे." ती म्हणाली.

"बरं झालं सांगितलंस आम्हाला. बघ यातून मार्ग निघेल. निवृत्ती, आजच फोन कर डॉक्टरांना आणि उद्याची, नाहीतर परवाची अपाईंटमेंट घे, तुम्ही दोघंजण जाऊन या. आम्हाला कळवा नंतर काय होईल ते." आत्या तिच्या वडलांना म्हणाली.

***

मधुरा आणि तिचे बाबा अपॉइन्टमेन्टच्या वेळेपेक्षा तासभर आधीच दवाखान्यात पोचले. तिथे बऱ्यापैकी गर्दी होती.

ती आणि तिचे वडील बाहेर बसले. मधुराला अचानक आपल्या आईची आठवण आली. काही वर्षांपूर्वी आई गेल्यानंतर तिची आई आणि वडील अशा दोन्ही जबाबदाऱ्या तिचे वडील निभावत होते. आता दोघंही मूक बसले होते. त्यांच्यात संवाद घडत नव्हता, परंतु तरीही एकमेकांमधला तणाव दोघांनाही स्पष्ट जाणवत होता.

"तुझी आत्याही येईलच थोड्या वेळात. तीही येते म्हणालीय आज." वडील म्हणाले, तशी मधुरा पुन्हा थोडीशी अस्वस्थ झाली.

"आत्या येतायत... आणि तुम्ही मला हे आता सांगताय. पण ती येणार नव्हती ना?" ती पटकन बोलून गेली.

"अगं, तिला मी काल परत रात्री फोनवर विचारलं, तेव्हा ती तयार झाली.'

'आपला आत्यासोबत इतका मोकळेपणा नाही, परंतु काही गोष्टी आपण मुलगी म्हणून आत्याशीच बोलू शकू, असं बाबांना वाटलं असेल आणि त्यांनाही आत्ता कुणाच्या तरी असण्याची गरज वाटतच असेल. मग ते आपल्याला काल सांगण्याऐवजी आत्ता याबद्दल सांगताहेत म्हणून त्यांच्यावर राग धरण्यात काय अर्थ आहे?' मधुरानं समजसपणे विचार करून पुढे वडलांना काहीही विचारलं नाही.

मधुरा दवाखान्यात प्रतीक्षा खोलीत बसल्यावर स्वतःच्या आत डोकावत होती. तिला जाणवत होतं, आपल्याला नको असूनही आपल्या आत खिन्नता दाटली आहे. तिनं एक दीर्घ श्वास घेतला आणि ती डोळसपणे खोलीत इतरांना बघू लागली. एक आई जेमतेम मधुराच्याच वयाच्या आपल्या मुलाला जेवण भरवत होती. त्यांच्याकडे काहीजण अप्रूपपणे सहानुभूतीनं बघत होते. 'आपलं सगळं धडधाकट असतांना आपले वडील आपली एवढी चिंता करतात. व्यंग असलेल्या या मुलाचं काय भविष्य आहे? त्याच्याबद्दल त्याच्या आईला काय वाटत असेल? याच्यापुढे आपली समस्या छोटीच नाही का?' मधुराला थोडंसं हलकं वाटू लागलं.

"किती वेळ लागेल अजून नंबर यायला?" विचारांच्या तंद्रीत असलेल्या मधुराला आत्याने तिच्याजवळ येऊन प्रश्न विचारल्यावर ती भानावर आली.

"आत्या, आलात तुम्ही?" तिनं विचारलं.

"अजून तासभर लागेल. बस." तिचे वडील म्हणाले.

***

आधीची व्यक्ती बाहेर आल्यावर मधुरा, वडील आणि आत्या डॉक्टरांच्या खोलीत गेले.

"मधुरा तूच ना? हं,बोल." तिघंही आरामशीर बसल्यानंतर तिची फाईल उघडून डॉक्टर देसाईंनी तिला हसऱ्या चेहऱ्यांनं विचारलं.

"सर, माझं आकर्षण मुलाकडे नाही, मला मुली आवडतात." इतर वेळी हे कुणालाही सांगताना शब्द आतापर्यंत थबकणाऱ्या मधुरानं अगदी सहजपण आत्या आणि वडलासमोर डॉक्टरांना सांगितलं. काल एकदम मधुराबद्दल स्पष्ट न कळलेल्या आत्यालाही आता जरा उमजू लागलं होतं.

"एक मिनिट... तुम्ही दोघे जरा बाहेर थांबता का? तिच्याशी एकटीशी मला बोलायचं आहे." डॉक्टरांनी वडील आणि आत्याला सांगितल्यावर दोघंही बाहेर गेले.

"कदाचित त्यांच्यासमोर तू नीट बोलू शकली नसतीस, मी जे विचारेन ते नीट आणि व्यवस्थित सांग. काही लपवू नकोस. हे असं कधीपासून वाटतंय ?" डॉक्टर तिच्या फाईलमध्ये काहीतरी नोंद करत म्हणाले.

"मला जेव्हापासून आठवतंय, तेव्हापासून मला मुलीच आवडतात. मुले आवडलेली आठवत नाहीत. वयात आल्यानंतर तर ही ओढ जास्त कळून आली." मधुरानं स्पष्ट केलं.

"बरं, मुलींसोबत रिलेशनशिपमध्ये होतीस कधी?"

"हो, पहिल्यांदा अकरावीला असतांना.."

"त्याबद्दल पूर्ण डिटलमध्ये सांगशील?" या प्रश्नासरशी ती सांगू लागली.

तिचं पहिलं प्रेम. अल्लड प्रेम. ज्या प्रेमात भविष्याची शाश्वती नव्हती, तशीच उद्याची चिंताही नव्हती. फक्त एकमेकींची ओढ होती... वयात आल्यावर आपल्या प्रेमाला जगात काय नाव आहे, जगाच्या दृष्टीने त्याला काय अर्थ आहे, असे प्रश्न मधुराला सतावतच होते. कॉलेजमध्ये होस्टेलवर मात्र तिला रेवती भेटली. दोघीही मैत्रिणी झाल्या. त्याहीपुढे दोघींनाही एकमेकींबद्दल अजून काहीतरी वाटू लागलं, पण ते व्यक्त करण्याचं धाडस कित्येक दिवस दोघींकडेही नव्हतं.आपली वेगळी जाणीव, वेगळ्या भावना फक्त आपल्याच आहेत, असं दोघींनाही वाटत होतं. कालांतरानं दोघींमध्ये स्पर्शानं वेगळी भाषा दर्शवली, ती भाषा दोघींनाही जाणवली. मधुराला त्या दिवशी जग जिंकल्याचा आनंद मिळाला.

पुढे दोघींनी वेगळ्या वाटा पकडल्या. काही काळ संपर्क राहिला, पण वाढला नाही. ओढही कमी होत गेली. 'अशा प्रेमाला काही भवितव्य आहे ?' मधुरा या प्रश्नानं थिजायची.

"म्हणजे प्रेम गमावल्याचा त्रास झाला नंतर?" डॉक्टरांच्या या उद्गारांनी सर्व सांगताना आठवणीत हरवलेल्या मधुराची तंद्री भंगली.

"काही दिवस... हो."

"त्यानंतर कधी कुणासोबत रिलेशनशिप किंवा प्रेम?" मधुरानं आधी जे सांगितलं त्याची फाईलमध्ये नोंद करून डॉक्टरांनी प्रश्न विचारला.

"हो. काही वर्षांपूर्वींच." मधुरा सांगू लागली.

तिचं दुसरं प्रेम... ती जिथे नोकरी करत होती तिथली सहकारी मुग्धा. 'जिच्यावर आपण प्रेम करतो, तिच्यासमोर व्यक्त करावं का? पण ती आपल्यासारखी नसेल तर? आपल्या जाणिवा, आपल्या भावना या फक्त आपल्यापुरत्याच का? जगाच्या दृष्टीन ती एक विकृती? का आहोत आपण असे? आपल्या शरीर-मनाची ओळख आहे आपल्याला. मुग्धाला समोर पाहिलं, की हृदय धडधडू लागते, जगाचा विसर पडतो, तिच्यासोबतच्या एकत्र राहण्याच्या कल्पनेनंच रात्री डोळ्यांवाटून अर्थपूर्ण अश्रूही बोलू लागतात. आपण सांगायचं धाडस करून.'

वेगवेगळ्या मार्गांनी तिनं मुग्धाशी जवळीक वाढवण्याचा प्रयत्न केला. मैत्री झाली. मधुराला वाटलं, आता वेळ आलीये आपलं मन तिच्यासमोर उघडं करण्याची. आत्तापर्यंत मात्र ती आपल्यासारखीच असेल का, याबद्दल कुठलीच खूण तिच्याकडून मिळाली नाही. मधुराने ठरवूनही मुग्धाला समोर बोलायचं धाडस होईना. तिनं मोबाईलच्या व्हॉट्सअप संदेशाद्वारे तिच्याशी संपर्क साधण्याचा मार्ग निवडला.

तिनं संदेश करताना मुग्धाची आधी औपचारिक विचारणा केली. मग म्हणाली, "आता वेळ आहे का ? मला काहीतरी सांगायचंय.''

मुग्धा म्हणाली, ''सांग जे सांगायचंय ते. मैत्रीत परवानगी कधीपासून लागायला लागली. "

यावर मधुरा म्हणाली, "मला वेगळं काहीतरी सांगायचंय. तू कुठलाही निष्कर्ष न काढता फक्त ऐकून घेशील?''

मुग्धाच्या लक्षात आलं, हिला काहीतरी खासगी बोलायचं आहे. "तू जे सांगशील ते फक्त तुझ्या माझ्यांत राहील.'' मुग्धानं विश्वास दिला.

खूप वेळ मधुरा लिहीत राहिली, जे लिहितोय ते तिला पाठवू नक्की, असा विचार ती करत राहिली. लिहून झालं, पण पाठवायचं धाडस होईना, शेवटी थरथरत्या बोटांं तिनं 'सेन्ड' चं बटण दाबलं.

'मी हे सांगितल्यावर तू मला स्वीकारशील का नाही माहीत नाही. तुला याबद्दल काही माहिती आहे का नाही, तेही नाही माहीत. पण मला तुला सांगावसं वाटतंय. मला आतापर्यंत मुली आवडल्या, मुले आवडली नाहीत. त्या अर्थानं मला मुलींबद्दल जितकं आकर्षण वाटलं, तसं मुलांबद्दल नाही वाटलं, असं असण्याबद्दल खूप गैरसमज आहेत आपल्याकडे.'

काही क्षण मुग्धाचं यावर काहीच उत्तर आलं नाही. यादरम्यान मधुराला वाटलं, आपले ओठच कोरडे पडले आहेत. काय विचार करतेय मुग्धा हे वाचून? हे सांगून तिला मनाचा बोजा हलका झाल्यासारखाही वाटत होता, पण आता मुग्धा काय म्हणतेय म्हणून तिच्या हृदयाचे ठोके वाढले.

'चिल आऊट! मी समजू शकते. हे नैसर्गिक आहे. खूपजण आहेत असे. तू नको टेन्शन घेऊस, हे जे सांगितलंस ते फक्त तुझ्या माझ्यात राहील.' काही वेळानं मुग्धाचे उत्तर आलं. वाचून मधुराच्यात संथपणा आला. तिच्यात चैतन्य आलं. हरखून तिनं उत्तर दोन-तीन वेळा वाचलं. 'खूपजण असे आहेत' असं मुग्धा म्हणतेय म्हणजे तीही? आपण आता आपलं मन पूर्ण मोकळं करायची वेळ आलीये. मधुरानं लगेच पुढे लिहिलं.

'अजून एक सांगायचंय मला महत्त्वाचं.'

'सांग ना...'

''मला तू आवडतेस. कधीपासून आवडायला लागलीस हे माहीत नाही...'' मधुरानं हे लिहिलं आणि आता पुन्हा तिची धडधड वाढली. मुग्धाच्या उत्तरावर आता सगळं ठरणार होतं. तीही आपल्यासारखी असू शकते. सामाजिक भीतीमुळे, अस्वीकारामुळे कुणी मन मोकळं करत नाही. त्यामुळे दोन व्यक्ती एकमेकांना आवडत असल्या, तरी त्यांचं प्रेम बहरत नाही. एकमेकांना सांगायचंही धाडस होत नाही.

"तुला असं कधी वाटलं, की मी तुझ्यासारखी आहे...?" मुग्धाचं उत्तर आलं. या उत्तराने मधुराची सगळी धडधड शांत झाली.

"बोल ना? तू माझ्यावर?..." मुग्धा मधुराचं असणं समजून घेऊ शकत होती. पण तिनं आपल्यावरच प्रेम करावं, या कल्पनेनं तिला वेगळंच वाटलं. आपल्याच हालचालीत, वागण्यात काही वेगळं दिसलं म्हणून मधुरा आपल्याला पण तिच्यासारखी समजली? या विचाराने तिला स्वशंका निर्माण झाली आणि यावरून क्षणात मधुराची चीड आली.

"मुग्धा, गैरसमज करून घेऊ नकोस. यात तुझी काहीच चूक नाही. पण तूच सांग प्रेम काही ठरवून होतं का?" मधुरानं समजावलं.

"प्लीज, बोलणं थांबव.' लाजिरवाणं वाटून मुग्धा म्हणाली.

"मला तू माझं संपूर्ण विश्व वाटत होतीस. मला किमान हे व्यक्त करण्याचाही हक्क नव्हता का? माझ्या भावना फक्त समजून घे."

"स्टॉप इट मधुरा! स्टॉप! आता काहीही टाईप करणं थांबव."

"बरं, ऐक. आता मला कळलं, की तू माझ्यासारखी नाहीस. आपण फक्त मैत्रिणी असू यापुढे...!" मधुराचा हा संदेश मुग्धापर्यंत पोचलाच नाही. ती लिहीत असतानाच मुग्धानं रागानं तिला ब्लॉक केलं.

मधुरा हादरून गेली. काय करावे तिला कळेना. 'मुग्धाला फोन केला तर? या वेळेला नको. ती अजूनच चिडायची.'

"तू जशी आहेस त्याबद्दल मला काही हरकत नाहीये. मी हे कुणाला सांगणारही नाही, पण आता आपल्यात कुठलंच नातं ठेवायला नको. आपला संवाद फक्त कामापुरता, तू वेगळं काही करण्याचा प्रयत्न केला, तर मात्र मला तुझी तक्रार करावी लागेल ऑफिसमध्ये." मुग्धाचा काही वेळाने टेक्स्टवर मेसेज आला.

वाचून मधुराला जास्तच धक्का बसला. 'परमेश्वरानं आपल्याला असं का बनवलं, की आपल्या भावनाही इतरांना समजू नयेत? मुग्धाला आता मैत्रीचं नातंही मान्य

नाही. घरी तरी कुणाला नाही, किमान मैत्रीण म्हणून तू तरी धीर द्यायचास मुग्धा ? इतकी घाबरलीस मला, की तक्रार करण्यापर्यंत विचार करतेयस?' तिच्या मनात अनेक विचार आले. अंधाऱ्या खोलीत तिचे अश्रू थांबेनात.

दुसऱ्या दिवशी तिला कामावर जायची इच्छा नव्हती, त्याहीपेक्षा तिला कामावर मुग्धासमोर जाण्याची भीती वाटत होती. स्वतःला समजावत, मन घट्ट करत ती कामावर गेली. ती बसत असणाऱ्या जागेपासून मुग्धा जवळच बसत होती. अद्याप ती आली नव्हती. मधुरा आपल्या कामाला लागली, थोड्याच वेळात तिला मुग्धा येताना दिसली. मधुराच्या हाताला अचानक कंप सुटला. तिनं आपली मान खाली घातली. मुग्धानं जागेवर बसण्याआधी चोरटा कटाक्ष मधुराकडे टाकला आणि ती आपल्या कामाला लागली. जेवणाच्या वेळी दोघी एकत्र कँटीनमध्ये जायच्या, आज एकत्र गेल्या नाहीत.

मधुराला आज कोंडून ठेवल्यासारखं वाटत होतं. तिच्या डोळ्यातून अश्रू बाहेर येऊ पाहत होते, परंतु भर कामाच्या ठिकाणी तिला अश्रू डोळ्यांच्या आतच रोखून ठेवणे भाग होते. तिला दिवस खूप मोठा वाटला, निघताना ती पिंजऱ्यातून बाहेर पडत असल्यासारखी कार्यालयातून बाहेर पडली.

डॉक्टरांना या प्रेमाबद्दल सांगताना पुन्हा सर्व मधुराच्या डोळ्यांसमोर येऊन गेलं.

"जितकी तू यामुळे अस्वस्थ झालीस, ढासळलीस, तितकीच तू यातून खऱ्या अर्थाने घडत गेलीस." डॉक्टर म्हणाले.

"तसंच म्हणता येईल. या दुःखानंच अंतःकरण शुद्ध होत गेलं. त्यानंतर माझी आई गेली आणि मग आयुष्याचा मी अजूनच खोलवर विचार करू लागले. बाबांना हे सांगितलं... पण त्यांनी आता 'हे बदलता येतं' असा वेगळाच आशावाद मनात बाळगला आहे." ती शांतपणे म्हणाली, डॉक्टरांनी फाईलमध्ये नोंद करून घेतली.

"कधी तुला मित्र-मैत्रिणींकडून चिडवणं किंवा त्रास झाला?"

"फारसा नाही, पण कॉलेजमध्ये असताना एकदा होस्टेलवर मैत्रिणींच्या प्रेम, मुलं यावर गप्पा सुरू होत्या. सहसा अशा गप्पा सुरू असताना कुणाला कोणता मुलगा

आवडतो, असं विचारून एकमेकींची गंमत केली जायची. मी नेहमीप्रमाणे त्या दिवशीही म्हणाले, 'मला कुणी आवडत नाही.' तर माझी एक मैत्रीण लगेच म्हणाली, "काय गं तुला मुलांबद्दल आकर्षण आहे का नाही?" सगळ्याजणी हसू लागल्या. ती गमतीतच म्हणाली होती, पण माझ्या अजाण मनावर आघात झाला, त्या रात्री मला नीट जेवण गेलं नाही की झोप आली नाही."

"तू बरीच मॅच्युअर होत गेलीस, पण तरीही मला सांग, अशी आहेस म्हणून आत्ताच्या घडीलाही कधी डिप्रेशन, किंवा आत्महत्येचे विचार मनात येतात?'

"डॉक्टर, मी म्हणाले तसे आता मी पूर्ण वेगळेपणानं बघते याकडे. त्रास किंवा दुःख वेगळ्या पद्धतीचं होतं, पण ते मी हँडलही करू शकते. "मधुरा मोकळेपणानं म्हणाली.

"ठीक आहे. मी दोघांनाही आत बोलावतो. काही गोष्टी एकत्रच सांगतो." डॉक्टर स्मितहास्य करत मधुराला म्हणाले.

डॉक्टरांनी वडील आणि आत्यालाही आत यायला सांगितलं, तेव्हा डॉक्टर आता काय सांगणार म्हणून तिचा श्वास रोखला गेला.

"मी पूर्णपणे ऐकून घेतलं आहे. मी काही सांगणार याआधी मला तुम्हाला विचारायचे आहे. हे जे आहे त्याबद्दल तुमचं काय मत आहे?" डॉक्टरांनी विचारले.

"हो, जे आहे ते बदलायचं आहे.' वडलांनी काळजीने लगेच आपलं मत मांडलं.

"शिवाय तिचं जे काही आहे, ते आपल्या समाजात, आपल्या वातावरणात शक्य नाही." आत्या म्हणाली.

"मी मधुराचं पूर्ण ऐकून घेतलं आहे. हे बघा समाजात वेगवेगळ्या प्रकारचे लोक असतात. हा त्यातलाच एक वेगळा प्रकार आहे. सगळ्यात पहिलं तुम्ही हे समजून घ्या, की ही विकृती नाही, हा निसर्गाचाच एक भाग आहे. त्यामुळे यात बदल होणार नाही. असे लोक समाजात असतात, ते उच्चशिक्षित होतात, सगळ्या प्रकारचे व्यवसाय करतात. आई-वडलांची काळजी घेतात. सगळ्या जबाबदाऱ्या

घेतात. मग फक्त त्यांची ही गोष्ट वेगळी आहे म्हणून त्यांना वेगळं म्हणायचं का?" शांतपणे डॉक्टरांनी अगदी मनापासून आपलं मत व्यक्त केलं. डॉक्टरांच्या वाक्या

वाक्यां मधुरा खुलत गेली. आज पुन्हा कुणीतरी तिच्या असण्याबद्दल इतक्या सकारात्मकपणे सांगत होतं. तिच्या मनात हर्ष दाटला.

"काहीतरी उपाय असेल ना पण? जी काही गोळ्या- औषध असतील ती आम्ही घेऊ." वडलांनी शंका व्यक्त केली.

"अहो, माणूस म्हणजे रोबोट नाही. इथे फक्त शरीराचा प्रश्न नाही, मन गुंतलेलं असतं. विचार करा, एखाद्या माणसाचं ज्या व्यक्तीवर प्रेम जडतं, त्या लिंगाच्या व्यक्तीवर प्रेम जडू नये म्हणून त्यानं गोळ्या औषधं खायची? काय अवस्था होईल त्याच्या मनाची?" डॉक्टर जणू आपल्या मनातलंच बोलले म्हणून मधुरा स्थिर आणि शांत होऊन त्यांच्याकडे बघू लागली.

"नीट समजून घ्या. औषधे आजाराला असतात. मुळात हा आजारच नाही, तर याला कुठली औषधं असतील? उद्याही कुणी औषधं आहेत, असा दावा केला आणि तुम्ही त्या डॉक्टरांचं ऐकलं, तर तुम्ही तिच्या शरीर- मनाचं नुकसान कराल, एवढं नक्की. निसर्गातील एखादे झाड सरळ रेषेत येतं. एखादं झाड वेगळ्या पद्धतीनं उंच जातं, तशीच ही गोष्ट आहे. यात अनैसर्गिक असं काहीच नाही." डॉक्टरांनी पुन्हा समजावून सांगितलं. काही क्षण कुणीच काही बोललं नाही.

"हिचं वय आता तीस आहे. ही शहरात असते. समाजात हिच्या वडलांना सारखं लग्नाबद्दल विचारताहेत. त्याला कस सामोरं जायचं ?" आत्यानं विचारलं.

"माझ्याकडे येणाऱ्या अनेकांचा हा प्रश्न असतोच." किंचित हसत डॉक्टर पुढे म्हणाले, "लोक काय म्हणतायेत, याचं ओझं घ्यायचं नाही. ते आज विचारतील आणि नंतर विचारायचं थांबतील. ही गोष्ट आता कायद्यानंही मान्य केली आहे. त्यामुळे त्याचंही दडपण घेऊ नका. तुम्ही तिच्यावर दडपण आणू नका. तिच्या शरीर-मनानुसार तिच्यात काय भावना निर्माण होतील किंवा काय बदलतील, याची खरी साक्षीदार फक्त ती असेल, त्यानुसार पुढे कोणाशी लग्न करायचं ,हे

तिला ठरवू दे.”

“पण अशा जगण्याला काय अर्थ?” आत्याने गोंधळून विचारलं.

“असा कसा अर्थ नाही. लग्नाशिवाय जीवन नसतं? जगण्याला अर्थ आपण शोधत असतो, ती शोधेल अर्थ. उद्या कायद्यानं अशा समलिंगी लग्नाला संमती मिळाली, तर कदाचित तुम्हीच त्यालाही तयार व्हाल.” डॉक्टरांनी थोडं वातावरण हलकं केलं, वडील आणि आत्याचं मधुराबाबतच्या अनेक प्रश्नांचं निरसन झालं.

परत डॉक्टरांनी दोघांना बाहेर बसायला सांगून मधुराशी अत्यंत मोकळेपणानं संवाद साधला. “पुढे कधीही गरज वाटली तर अपॉईंटमेंट घे. तू जे आहे ते स्वीकारलं आहेस. सत्याच्या मार्गावर तुला जायचे आहे, इथेच तू अर्धी लढाई जिंकली आहेस. बाकी तू स्वतःच समंजस आहेस.” डॉक्टर मधुराला म्हणाले.

दवाखान्याच्या बाहेर आल्यावर तिघंही कुणी नाही अशा ठिकाणी बाजूला जाऊन थांबले. डॉक्टरांच्या सांगण्यानंतर मधुराला वडलांचं आणि आत्याचं म्हणणं ऐकण्यासाठी धडधड आणि उत्सुकता निर्माण झाली होती.

“सध्या तरी थांबू आपण स्थळं बघायचं, पुढे बघू काही मार्ग निघतोय का! पण काही काळजी करू नकोस मधुरा.” अगदी उघडपणे वडील डॉक्टरांच्या म्हणण्याशी सहमत असल्याचं सांगत नसले, तरी त्यांच्या या उद्गारानं मधुरा सुखावून त्यांच्याकडे बघू लागली.

“देवानं काय तर ठेवलं असलंच की मधुरासाठी. सगळंच कसं रितंपण देईल तो एकालाच. जो माणूस या जगात आला, त्याला कधी ना कधी जायचंच आहे. कशाला उगाच काळजी करत बसून चार दिवसांचं मरण दोन दिवसांवर आणायचं. निवृत्ती, तिला जसं जगायचंय तसं जगू दे. तिच्या पाठीशी राहू आपण. नको ते बळजबरी करायला सांगून तिला मानसिक त्रास नको.” आत्याच्या या बोलण्यानं मधुरा स्तब्धच झाली. फार न शिकलेली, पण अनुभवानं असे विचार मांडणारी आत्या तिला एकदम वेगळीच भासली.

‘किती दिवस आपण सगळं दडपण मनातच ठेवलं होतं, प्रत्येक टप्प्यावर एकटीनं

 राहुल शिंदे

डिप्रेशन भोगलं, नको नको ते विचार करून आपण संवाद टाळत होतो. आधीच का नाही आपण डॉक्टरांचा मार्ग निवडला, पण कदाचित हीच वेळ होती. तोपर्यंत हा प्रवास करायचा होता, म्हणून आज हे घडलं', मधुराला मनातून वाटलं.

***

मधुरा शहराकडे परतीच्या प्रवासाला निघताना बसची वाट बघत थांबली होती. तिला सोडायला वडील आले होते.

"मधुरा, जे आहे ते सगळं असेल बरोबर. पण तू एकटी राहणार, ही कल्पना अजूनही पचनी पडत नाही." वडलांनी आपलं अंतर्मन खोललं, मधुरानं वडलांच्या हातावर हात ठेवला.

"बाबा...आई गेली तेव्हाची गोष्ट आठवतेय? आईच्या जाण्याच्या कल्पनेनंच तुम्ही घाबरला होता. तेव्हा आपण अनुभवलं, मरण दिसू लागलं, की त्या वेळी आपल्याला जगणं हवं असतं. अशा वेळी आपण जगण्याला नियम आणि अटी लागू करत नाही. नाहीतर इतर वेळी कित्येकदा आपण जगणेच सोडून देतो आणि कधी आयुष्य संपतं तेच कळत नाही. बाबा.. आता मात्र जगणं बाकी आहे. त्याला आपण का संघर्षमयी करून मरणासारखंच जगायचं? का या क्षणाला ज्याच्यात आनंद मिळतो, त्याप्रमाणे नाही वागायचं? खरा जो मृत्यु आहे, त्याला घाबरायचं काहीच काम नाही. तो जीवनाचाच एक भाग आहे. मला कळतंय, तुम्हाला माझं आयुष्य मार्गी लावायचं आहे.. मूल-बाळ आणि म्हातारपणी कोणाची तरी साथ, म्हणून तुमची ही धडपड आहे. पण जे दिवस येतील का नाही याबद्दलही काही शाश्वती नाही, त्यासाठी वर्तमान सोडून का जगायचं? .... समलिंगी असले तरी यातही अनेक मार्ग आहेत, पुढे काय करायचे ते नंतर ठरवू आपण."

वडील ऐकत होते. त्यांना पटलं होतं, त्याबद्दल ते काहीच बोलले नाहीत.

गाडी आली. वडलांचा निरोप घेऊन मधुरा गाडीत बसली. तिला कित्येक वर्षांनी आज शरीर आणि मनानं खूप हलकं वाटत होतं.

'आपल्याला जे हवं, जे योग्य आणि आवश्यक आहे, त्यासाठी नेहमीच विश्वशक्ती

आपल्या मदतीला येईल.' प्रवासात विचार करता करता मधुराच्या डोळ्यातून आनंदाश्रू ओघळत होते. ती आभार मानत होती. डॉक्टरांचे. आत्याचे... आणि जे घडवायचेच होते, ते घडवल्याबद्दल विश्वशक्तीचे.

कैवल्य

मी तुम्हाला 'तिची' अनोखी गोष्ट सांगणार आहे.

तिची आणि माझी जुनी मैत्री होती, परंतु आमचे आयुष्यातले रस्ते वेगवेगळे असल्याने कित्येक वर्ष आम्ही एकमेकांच्या संपर्कात नव्हतो. पण आमच्या दोघांच्याही वेगवेगळ्या रस्त्यात एका वळणाने आम्हाला एकाच ठिकाणी आणून सोडले. तिचा जोडीदार तिला अर्ध्या वाटेत सोडून जीवनाच्या प्रवासातून निघून गेला आणि पौर्णिमाने, माझ्या पत्नीनेही माझी साथ सोडली. ह्या दोन्ही घटना अवघ्या एक-दोन वर्षाच्या अंतरात घडल्या होत्या.

या वळणावर आम्ही दोघं संपर्कात आल्यानंतर दोनदा एका ग्रुपमध्ये एकत्र भेटलो. मात्र त्यानंतर एकदा आम्ही ठरवून ट्रेकला गेलो, फक्त आम्ही दोघेच. दिवसही गर्दी नसणारा निवडला होता. ट्रेक दरम्यान आमच्या अनेक-विषयांवर चर्चा, गप्पा होतंच होत्या. ट्रेकचे चढण झाल्यावर वर गडावर आम्ही जेवण करून निसर्गाच्या छायेत विश्रांती घेत बसलो. काही क्षण निसर्गाच्या सानिध्यात शांततेत गेले.

"मला जीवनाबद्दल खूप काही बोलायचंय.. तुला बोअर केलं तर चालेल ना.." मी तिला विचारले.

"म्हणजे आत्तापर्यंत केले ते काय होते?" अगदी साध्याच पण आत्ता अनपेक्षित

असणाऱ्या या विनोदाने दोघेही हसलो. पुढे ती म्हणाली, "उलट मलाही अशी चर्चा आवडते, बोल तू..आणि यासाठी ही जागा, ही शांतता,ही वेळ अगदी योग्यच आहे."

"माझ्या मनात असंख्य प्रश्न येतात.. हे जीवन म्हणजे काय आहे? एक शिक्षा,उत्सव की संधी? "मी तिला विचारले. तिने काही क्षण पॉज घेतला, अनपेक्षित प्रश्नाने तिने आतल्या आत विचार केला.

"मला असं वाटतंय, की आपलं आयुष्य आपणच निवडत असतो. मग यात शिक्षा कसली? खरंतर तुझा हा जो प्रश्न आहे ना, त्याला इतरांनी कितीही उत्तरं दिली तरी जोपर्यंत तुला कधी काही अनुभव येत नाही तोपर्यंत तू विश्वास ठेवणार नाही. आय नो.." हे सांगताना तिच्या शब्दांपेक्षा तिच्या चेहऱ्यावरील शांतता मला बरंच काही सांगत होती.

मी मात्र अस्वस्थ होतो. हे कदाचित माझ्या देहबोलीवरून तिला समजले आणि तिने मला विचारले, "तुला विशिष्ट काही सांगायचं आहे का?"

"बायको गेल्यापासून एकटेपणा सतावतो हे खरंय, पण कित्येकदा गोष्टी छोट्या छोट्या असल्या तरी त्याचा गुंता, गोंधळ खूप त्रास देतो. एक निर्णय घ्यायचा असतो, पण त्या एका निर्णयात हो आणि नाही मध्ये मी अडकून बसतो. ह्या द्वंद्वातला त्रास शरीरात असाह्यता निर्माण करतो. जीवनाचं ज्ञान आहेच, तरीही अशा वेळेस काहीच कळत नाही. ठरवतो की, आता काही वेळ शांत राहायचं.. आतलं द्वंद्वाचं वादळ आधी शांत करायचं आणि मग निर्णय घ्यायचा. पण ते द्वंद्व शांत करण्यासाठी बसलं कीं अजूनच निर्णय काय घ्यायचा याचा त्रास होतो. डोकं पूर्ण बधिर झाल्यासारखं वाटतं. या क्षणांत मनाची चलबिचलता फार अस्वस्थ करते. मग असंही वाटत राहतं, ह्या सगळ्यातून जाणं हाही कर्माचाच भाग आहे." मी अगदी अस्वस्थपणे मनातला गोंधळ भरभर बोलून गेलो.

एक वाऱ्याची झुळूक आली आणि सुखावून गेली. बोलत असताना माझं तिच्याकडे लक्ष नव्हतं, पण बोलून झाल्यावर तिच्याकडे बघितलं तेव्हा तिच्या

चेहऱ्यावर मला एक वेगळंच वलय जाणवलं. तिच्या दृष्टीत प्रेम भरल्यासारखं वाटलं. चेहऱ्यावर अंतर्मुख झाल्यासारखे भाव होते. पण ती काहीच बोलली नाही. पुढे मीच म्हणालो,

"कुठला तरी क्षण शोधण्यासाठी फक्त धावत असतो. वयस्कर आई आणि मुलगाही आहे तरी कधीकधी वाटतं, आता कोणीच आपलं उरलं नाही. अर्थ शोधण्यासाठी किती ग्रंथ वाचले, काय काय केलं..पण शेवटी त्यातून तात्पुरतं सुख आणि समाधान मिळते.."

माझ्या डोळ्यात बघत ती म्हणाली,

"शोध घेण्यासाठी तू खूप काहीकाही करतोयस, फारच भारी वाटलं. शोध घेताना बाह्य गोष्टी आणि ग्रंथ तुला उपयोगी पडतायत खरंय, पण खरी उत्तरं तुझ्या आतच सापडतील ना तुला? कारण आपल्या आतला अनुभव हा फक्त आपला आणि आपल्या जीवनाबद्दलचा असतो. तो दुसऱ्या कुठल्याही व्यक्तीच्या आत तंतोतंत तसाच सापडणार नाही, म्हणून प्रत्येकजण युनिक असतो."

तिचं म्हणणं मला पटलं होतं, तरी माझ्या मनात प्रश्न होतेच. मी म्हणालो, "पण या शोधातून सापडेल याची शाश्वती आहे?"

"शोधातून सापडेलच ही अपेक्षा कशासाठी? शोध घ्यायचा, सापडलं तर ठीकच पण शोधाच्या नादात प्रवास का विसरून जायचा? आणि जे सापडत नाही, त्याची वेगळीच मजा असते. ती मजा मात्र नाही समजली तर संपूर्ण जगणं शोधात आणि निर्णयात हरवून जातं. मग अंती कदाचित सापडणंही नाही आणि मजाही नाही. मग काय उरणार तर अपूर्ण जगल्याची खंतच ना?"

या बोलण्याने मी तिच्याकडे पाहतच बसलो. किती अर्थपूर्ण बोलत होती..!

तिथला परिसर आम्ही फिरू लागलो. आता मात्र दोघांनाही शब्दांपेक्षा शांतताच प्रिय वाटत होती. काही वेळाने तिथून निघालो. त्या रात्री मला बरंच हलकं वाटत होतं.

***

"ती अचानक निघून गेली.." आमच्या भेटीनंतरच्या महिनाभराच्या आतच तिच्याबद्दलचा मला निरोप मिळाला. निरोप ऐकताच काही क्षण माझ्या शरीरात कुठल्याच भावना नसल्यासारखं वाटलं आणि मी थिजल्यासारखा झालो.

तिच्या घरी गेलो. ती दिसली, डोळे मिटून शांतपणे पडलेली. कित्येकजण हळहळ व्यक्त करत होते. काही रडत होते. काहीच विशेष कारण नसताना ही अशी कशी गेली, म्हणून काहींना तिचा मृत्यू संशयास्पद वाटत होता.

तिच्या पार्थिवाकडे पाहताना मला आमच्या ट्रेकनंतरची लगेच काही दिवसांनी झालेली भेट डोळ्यासमोर दिसू लागली.

***

नेमका काय तो सांगता यायचा नाही, ट्रेकनंतर अवघ्या काही दिवसांच्या भेटीत तेव्हा तिच्यात मला काहीतरी बदल जाणवत होता. चेहरा अगदी शांत वाटत होता. माझ्यासमोर कोणीतरी एक वेगळीच ऊर्जा बसली आहे असं मला वाटत होतं.

"मला असं वाटतंय माझं मरण जवळ आलं आहे आणि त्यासाठी मी तयारही आहे.मलाही मरावंसं वाटतंय. "काही आढेवेढे न घेता असं अनपेक्षित सहजपणे ती म्हणाली. तिच्या आवाजात शांतता होती, त्यात वैतागलेपण, त्रास जाणवला नाही, म्हणून मला आश्चर्यासोबत कुतूहलही वाटलं.

"काय?? कशाचा त्रास होतोय का तुला? हे असं काय बोलतेयस? " मी अगदी बैचैन होत विचारलं तरी समोर तिच्या चेहऱ्यावर मात्र प्रसन्न शांतता.

"कदाचित तुला माझा हा अनुभव समजत नाहीये. मी जीवनाच्या पलीकडे गेले आहे आणि ही पळवाट नाही हे मला जानवतंय. आपण भेटलो तेव्हा तू स्वताच्या आयुष्याचा शोध घेणारे कित्येक प्रश्न विचारलेस, मात्र त्या दिवसापासून मलाच शोध लागल्यासारखा झाला. "

"तू काय बोलतेस ते मला काही झेपत नाहीये.ह्या भावना तात्पुरत्या असतील." मी तिच्या आतले अनुभव समजू शकत नव्हतो.ती मात्र शांतपणे बोलू लागली,

"लग्नानंतर नऊ वर्षांनीच जोडीदार गेला. गेले काही वर्ष कित्येकदा जोडीदाराच्या शोधात हतबल झाले होते. पदरी निराशा येत होती. छोट्या छोट्या गोष्टीच बदलून जाऊ लागल्या. बाह्य सौंदर्य चांगलं असावं, अशा शुल्लक वाटणाऱ्या गोष्टीसाठी मी कोणकोणत्या मार्गाने प्रयास करायचे! यात खूप वेळ घालवायचे. तुला म्हणून सांगते, प्रेम निर्माण होईल म्हणून वेगवेगळ्या जणांबरोबर शरीर संबंध ठेवले, त्यातून तर स्वतालाच पाहायला लाज वाटावी, असा अपराधीपणा आला. हे काय पाप केलं? असं मनात येऊन भीतीही वाटायची. कधीकधी हा सगळा शोध सोडून द्यावा, असं वाटायचं. पण त्याचवेळी दुहेरी मन विचार करायचं, 'असं जीवनाबद्दल विरक्त होऊन जगणे, किती योग्य आहे?' मात्र तुला भेटल्यानंतर हे सगळेच प्रश्न विरघळून गेले. प्रश्न तू विचारत होतास, त्या खोल प्रश्नांकडे बघताना माझ्या आतच उत्तरं सापडण्याची प्रक्रिया घडत होती. ज्ञान काही अंशी आधीही होतं रे, पण आत अनुभव मात्र तुझ्या भेटीनंतर घडत गेला."

तिच्या या बोलण्यातून तिच्या आतील शांतता, स्थिरता सगळं माझ्यापर्यंत पोचत होतं.

"पण ह्या सगळ्याचा मरणाशी काय संबंध? असं कसं येईल तुला मरण? तुला मरावंसं वाटतंय म्हणतेस पण तुझी मुलगी फक्त १७ वर्षांची आहे, तुझ्यानंतर तिचं काय?"

माझ्या मनातले पुढचे प्रश्न मी विचारले. तेव्हा ती फक्त शांतपणे स्मितहास्य करत माझ्याकडे बघू लागली. तिची संपूर्ण देहबोली स्थिर, डोळे तेजस्वी आणि शांत वाटत होते.

पुढे आमच्यात काहीच संवाद झाला नाही.

***

तिच्या निपचित देहाकडे पाहत सगळं आठवलं. माझ्या डोळ्यातून पाणी वाहायला लागलं होतं, याची मला खूप उशिराने जाणीव झाली. मात्र या अश्रूंमध्ये दुःख नव्हतं.

तिच्या मुलीच्या चेहऱ्यावर दुःख दिसत होतं, पण एकंदरीत वागण्यात समंजसपणा

जाणवत होता. कदाचित आईची गेल्या काही दिवसातील अबोल शांतता मुलीला जाणवली असेल, असंच माझ्या मनात येऊन गेलं. इतरांसाठी तिचा मृत्यू अनपेक्षित होता, अचानक झालेला होता. ती मला तिच्या मृत्यूबद्दल म्हणाली होती तरी ही काही वेळासाठी तिची भावना असेल आणि बदलून जाईल, असंच मला आतल्या आत वाटत होतं. पण तिचा खरंच मृत्यू झाला होता.

***

तिला हवा तेव्हा तिचा मृत्यू झाला याचं समाधान होतं, पण मला तिच्या मृत्यूबद्दल अनेक प्रश्न अस्वस्थ करत होते. अर्ध्या रस्त्यात जोडीदार सोडून गेल्यावर आम्हा दोघांनाही नव्या जोडीदाराची गरज प्रकर्षाने जाणवत होती. आम्ही दोघंही ट्रेकला भेटलो तेव्हा मी तिचा आणि तिनेही माझा कुठेतरी जोडीदार म्हणून विचार केला असेलच. आमच्या आध्यात्मिक आणि तत्वज्ञानी बोलण्यात ती माझ्या प्रेमात पडत असावी, हे मला जाणवत होते. पण मग यामुळे मरण का? तिने मला जोडीदार म्हणून विचारले का नाही नंतर?

तिच्या मृत्युनंतर मी कितीतरी दिवस फक्त शांत आणि एकाग्र होतो.एक दिवस सोशल मिडियावर तिचं प्रोफाईल बघताना आमच्या ट्रेकच्या भेटीनंतर साधारण २ दिवसांनी तिने लिहिलेल्या ओळी दिसल्या- love helps us to find depth of life.When it reaches a particular depth, it transcends to devotion. Devotion is the ultimate stage. पुन्हा पुन्हा हे मी वाचलं आणि सर्वांग थरथरू लागलं. अर्थ लागू लागला... तिचं माझ्यावर प्रेम बसलं होतं.. पण ती प्रेम ऊर्जा अतिशय उच्च पातळीवर पोचली होती. आणि त्या पातळीतून प्रेम शारीरिक आणि मानसिक पातळीवर आलं,तर ते विरून जाईल असं तिला वाटलं असेल. प्रेमात शरीराने, मनाने एकत्र येणंही तिला मान्य नव्हतं. कदाचित त्याहीपलीकडे जे काही असतं, त्या अवस्थेपर्यंत ती पोचली होती. असं एकत्र येऊन कदाचित तिला ती अवस्था ढळू द्यायची नव्हती. तिचा शोधच संपून गेला होता. प्रवासात एखादा खजिना मिळाल्यावर जगणं सार्थक होईल म्हणून सर्वस्व पणाला लावून खजिन्याच्या मागं लागावं, त्यातून हतबलता यावी....मात्र अशातच बाहेरच्या

खजिन्यापेक्षा काहीतरी अद्भुत अस्तित्वाचा शोध आतून लागावा, असंच काहीसं झालं असेल तिच्या बाबतीत?

पण या अवस्थेतून मरण? हा प्रश्न मनात येताना पुन्हा पुन्हा तिचा मृत्यू झालेला देह समोर दिसू लागला. मरणाबद्दल मी ऐकलं होतं, उर्जेची एक अवस्था असते जिथे भय, राग, द्वेष, दु:ख आणि अशा इतर मानवी भावनाही विरघळून गेलेल्या असतात. इथे फक्त अविस्मरणीय आनंद, समाधान आणि शांतता, शरीरात आणि आत्म्यात संचारते. इतर सर्व नात्यांच्या गुंत्यातून सुटका झालेली असते. ही अवस्था म्हणजे 'कैवल्य' या अवस्थेत काहींना आतील ऊर्जा सामावता न आल्यामुळे आत्म्याला शरीरात राहणे शक्य होत नाही. हा मृत्यू अलौकिक असतो.प्रत्येकाला या मृत्युचं भाग्य लाभत नाही. तिला मात्र हे भाग्य लाभलं होतं.

हे उत्तर मिळालं आणि समाधानी डोळे कितीतरी वेळ झाकले गेले. त्यातून अश्रुधारा ओघळत होत्या. शेवटच्या भेटीत तिला अनेक प्रश्न विचारताना काही उत्तरं न देता तिने केलेल्या स्मितहास्याचा, शांतपणाचा सगळा सगळा अर्थ लागत गेला. तिचा आणि स्वताचाही अभिमान वाटत गेला. तेव्हा वाटलं, वैद्यकीय भाषेत हार्ट फेल्युअरचं नाव असलेला तिचा हा मृत्यू किती अर्थपूर्ण आहे हे मी कोणाला आणि कसं सांगू आता? तो कोणाला समजेल का तरी?

***

प्रत्येक वेळा तिची ही गोष्ट सांगू लागलो, की असं वाटतं ती सोबत आहे... माझ्या अंगावर अधून मधून शहारे येत राहतात....

त्यानंतर मीही मृत्युपर्यंत पोचण्याचा विचार केला, अगदी तिच्यासारखा. पण मग माझ्याबाबतीत असं का घडत नाही? ह्या प्रश्नाचं काही मला उत्तर सापडलं नाही. 'शोध घ्यायचा, सापडलं तर ठीकच पण शोधाच्या नादात प्रवास का विसरून जायचा?'... मी हा प्रश्न सोडून दिला होता...

पण आत्ता त्याचं उत्तर सापडलं आहे.. माझ्या प्रती जाणवत असलेल्या प्रेमाने तेव्हा ती स्वतालाच विसरून गेली आणि त्यातून जे आलं, त्यानं ती जीवनाच्या पलीकडे

गेली. मात्र माझं कर्म वेगळं आहे.....जीवनात राहून ही आमची भेट आणि त्याची अलौकिक गोष्ट अनेकांपर्यंत पोचवत राहणं, यात माझ्या जगण्याचं सार्थक आहे.

गेली. मात्र माझं कर्म वेगळं आहे.....जीवनात राहून ही आमची भेट आणि त्याची अलौकिक गोष्ट अनेकांपर्यंत पोचवत राहणं, यात माझ्या जगण्याचं सार्थक आहे.

पुनर्जन्म

(पूर्वप्रसिद्धी -मेनका दिवाळी २०१६)

पृथानं नुकताच तिचा आठवा वाढदिवस साजरा केला. तसा बत्तिसावा वाढदिवस होता, पण पुनर्जन्मातला आठवा. तिचं आयुष्य म्हणजे एक अद्भुत अवघड कोडंच होतं.

बालपण चारचौघांसारखं विविध रंगांनी बहरलेलं होतंच, फक्त बालपणी ती मुलगा होती, तिचा जन्म मुलाच्या शरीरात झाला होता. बत्तीस वर्षांपूर्वी त्याच्या रूपानं घरात एका मुलानं जन्म घेतला होता. आई-वडिलांना लग्नानंतर तब्बल सहा वर्षांच्या नानाविध प्रयत्नांनंतर मूल झालं होतं, त्यामुळे त्यांच्या आनंदाला सीमा नव्हती. त्याचं नाव 'यश' ठेवण्यात आलं. एकुलता एक असल्यामुळे घरातले सर्वजण त्याचे लाड करायचे. तो होताही तसाच. अभ्यास, खेळ सगळ्यात पुढे असायचा. अगदी पहिलीच्या वर्गापासूनच शाळेतली वार्षिक स्नेहसंमेलनं, सामने, भाषणं, श्लोकपठण या सर्वांत सहभागी व्हायला त्याला खूप आवडायचं. तो त्यात बक्षिसंही मिळवायचा.

मात्र त्याच्यात अशी एक कुठलीतरी गोष्ट होती, जी त्याला आपण इतरांपेक्षा कुणीतरी वेगळं असल्याची जाणीव करून द्यायला लागली होती. अर्थात, अवघ्या

नऊ-दहा वर्षांच्या यशला आपल्याला नक्की काय होतंय, हे काही समजायचं नाही. विचार करण्याइतकं त्याचं वयही नव्हतं. घरी एकटा असताना कधीकधी तो आपल्या आईची साडी ओढणी म्हणून आपल्या अंगावर घ्यायचा आणि आरशात बघत राहायचा. मग नकळत त्याच्या चेहऱ्यावर स्मितहास्य यायचं. खरा 'मी' म्हणजे जसा आहे तसा नसून, आरशात मला जसा दिसतोय तसा असायला हवा, ही भावना त्याला स्पर्शून जायची. त्याच्या चेहऱ्यावरचे भाव बदलायचे. असं आपल्याला वाटण्याचा नेमका अर्थ काय, हे त्याच्यातल्या अजाण बालकाला काही समजायचं नाही..

तो सातवीत असतानाची गोष्ट. शाळेत स्नेहसंमेलनासाठी बसवण्यात आलेल्या नाटकातल्या एका भूमिकेसाठी एक विद्यार्थी हवा होता. ते एक स्त्री-पात्रं असणार होतं. वर्गशिक्षकांनी सर्व मुलांना या भूमिकेसाठी विचारलं, पण स्वतःहून कुणीच तयार होत नव्हतं. मग वर्गशिक्षकांनी या भूमिकेसाठी यशची निवड केली. त्यानंही नकार दिला नाही. तालमींच्या वेळी यश स्त्री-वेषात अगदी सहजपणे वावरला. आपण आहोत त्यापेक्षा काहीतरी वेगळं करतोय, याचं त्याला मुळीच दडपण नव्हतं. उलट जे आपण नाटकात करतोय, तेच खऱ्या आयुष्यात असायला हवं, असं त्याला वाटायला लागलं. स्नेहसंमेलनातही त्यानं सर्व प्रेक्षक-पालकांसमोर ही स्त्री भूमिका लीलया पार पाडली. विशेष म्हणजे या भूमिकेसाठी त्याला शाळेचं बक्षीसही मिळालं. त्या दिवशी घरी गेल्यावर यशचा चेहरा भलताच खुलला होता. त्या वेषात असणं, त्याच्यासाठी खूप आनंद देणारं होतं. त्याचं हे वागणं, अति आनंदी होणं, त्याच्या व्यक्तिमत्त्वातलं काहीसं वेगळेपण अधोरेखित करणारं होतं. पण 'सर्वांनी कौतुक केलंय आणि बक्षीसही मिळालंय म्हणून तो इतका आनंदी झाला असेल.' असाच त्याच्या आईनं तर्क काढला होता. त्याची आजी तर कौतुकानं म्हणाली होती, "नातू माझा! सर्वगुणसंपन्न हो बाळा! अगदी लाखात एक आहेस हो..."

तेव्हा खरं तर आजीलाच काय तर कोणालाच माहीत नव्हतं, तो लाखात 'एकच' होता.

वय पुढे सरकायला लागलं, अन् त्याला आपल्या शरीरातून येणारी विचित्र स्पंदनं जाणवायला लागली. वेगळेच बदल. आतून घाबरवणारे. हवालदिल करणारे. त्याचं अंतर्मन त्याला सांगायला लागलं, 'शरीर चुकीच्या अवस्थेत जन्माला आलंय. आत्म्याचं आणि शरीराचं लिंग जुळत नाहीये.' हा विचार त्याला व्याकूळ करायला लागला. "छे! छे असं कसं? असं काही असू शकत नाही!" तो स्वतःच्या मनाला बजावत राहायचा.

***

आता तो दहावीच्या वर्गात चांगले गुण मिळवून शहरातल्या सर्वांत चांगल्या कॉलेजमध्ये विज्ञान शाखेत प्रवेश घेऊन शिकत होता. मात्र आतून होणाऱ्या अशा प्रकारच्या शारीरिक बदलामुळे तो अस्वस्थही होऊ लागला. त्याची शैक्षणिक प्रगती खालावू लागली. अभ्यासात नीट लक्ष लागेनासं झालं. त्याच्या सोबतचे मित्र आता नैसर्गिक आकर्षणाबाबत बोलत असत. जाता-येता दिसणाऱ्या मुलींच्या सौंदर्याबद्दल चर्चा करत, पण त्याला मात्र यातलं काहीच करावंसं वाटत नसे. आपल्यामध्ये खूप काहीतरी कमी आहे. आपण इतरांपेक्षा वेगळे आहोत, या भावनेनं त्याचं खच्चीकरण होऊ लागलं. त्यात त्याचा आवाज नाजूक असल्यामुळे आणि देहबोली थोडीथी वेगळी असल्यामुळे सर्वजण त्याला 'बॉबी डार्लिंग' वगैरे नावांनी संबोधून चिडवू लागले. या सगळ्याचा परिणाम म्हणजे तो एकटा पडू लागला आणि त्याचा आत्मविश्वासही ढासळला.

कधीकधी खूप असह्य झाल्यावर आपली ही अवस्था कुणाला तरी सांगावी का? किमान आईला तरी? त्याचं एक मन विचार करायचं.पण 'आपल्यावर कोणी विश्वास ठेवला नाही तर?' आपल्या या अवस्थेची सर्वांनी चेष्टा केली तर? सगळे आपल्याला हसले तर?' त्याचं दुसरं मन अनेक शंकांनी हैराण व्हायचं, आणि तो कोणाला काही बोलण्याचा विचारही मागे पडायचा.

हळूहळू शरीरात उमलत असलेल्या जाणिवेच्या बहरात त्याला कॉलेजमध्ये आणि इतरत्र त्याच्याच वयाची, प्रेमात आकंठ बुडालेली जोडपी दिसायला लागली... आणि त्याच्यासाठी प्रेम म्हणजे जणू निरर्थक गोष्ट होती. ही अवस्था जी जाणवतेय,

त्याचा नक्की अर्थ काय? त्याला वैद्यकीय भाषेत काय म्हणायचं? आणि हा त्रास सहन करतच आयुष्य काढायचं का? आपल्याच वयाची मुलं किती आनंदी दिसतात, मुलींना आपण आवडावं म्हणून सदैव प्रयत्नशील असतात, त्यासाठी वेगवेगळ्या कल्पना लढवतात. आपल्याला यापैकी काहीच करावेसे वाटत नाही. उलट आपल्याला मुलींसारखंच दिसावंसं आणि असावंसं वाटतंय, अगदी आतून तसं वाटतं. पण आपल्या या अवस्थेबद्दल कोणाला काही सांगता तर येत नाही. वर आपण इतरांपासून एकटं पडू नये म्हणून इतरांसारखंच वागायचा प्रयत्न करत राहावं लागतंय! सगळ्या प्रश्नांनी आणि विचारांनी त्याच्या मनात काहूर पेटायचं, 'परमेश्वरा, माझा देह म्हणजे कसला रे चमत्कार?' त्यानं देवाला विचारलेला हा प्रश्न नेहमी अनुत्तरित राहायचा. दिवसाच्या उजेडात तो स्वतःची अवस्था लपवायचा आणि रात्रीच्या अंधारातला एकटेपणा त्याला बोचत राहायचा. दिवसेंदिवस वाढतच चाललेल्या तगमगीनं त्याला स्वतःचं शरीर म्हणजे एक तुरुंगच वाटायला लागला होता. कितीतरी वेळा डोळ्यांतून नुसती आसवं यायची आणि त्या आसवांचा त्याला अर्थही लागायचा नाही. त्याच्यात आलेली ही खिन्नता, नैराश्य त्याच्या आईला जाणवल्यावर तिनं त्याला विचारलंही, पण त्यानं सांगण्यास टाळाटाळ केली. काय आणि कसं सांगायचं, हे त्याचं त्याला तरी कुठे समजत होतं?

अभ्यासाचा ताण, कॉलेज, क्लासेसच्या वेळा पाळण्याची कसरत, या सगळ्यात होणारी दगदग... या सगळ्यामुळे तो असं वागत असेल असा त्याच्या आईनं समज करून घेतला. लहानपणापासूनच त्याचं त्याच्या वडिलांशी फार मनमोकळं संभाषण होत नसे आणि त्याची आजी देवाघरी जाऊनही आता दोन वर्ष झाली होती.

त्याच्या या सर्व शारीरिक, मानसिक आंदोलनांचा व्हायचा तोच नकारात्मक परिणाम झाला. बारावीच्या परीक्षेत त्याला कमी गुण मिळाले. त्याचा हा निकाल आई वडिलांना अनपेक्षित होता आणि त्यांना त्याचा चांगलाच धक्का बसला. असं कशामुळे झालंय, ते काही त्यांच्या लक्षात आलं नाही.

"हे बघ, जे झालं ते झालं. तुला पोलिस दलात नोकरी हवीये ना? तेच तुझं स्वप्न आहे ना? मग त्यासाठी इथून पुढे तरी नीट अभ्यास कर." वडील समजावणीच्या सुरात, पण थोडेसे रागातच म्हणाले. पण त्याच्यासारखा हुशार मुलगा अचानक अभ्यासापासून कशामुळे परावृत्त झाला असेल याचा ना त्यांनी खोलात जाऊन विचार केला, ना त्यांनी यशला काही विचारलं. आळशीपणा, अति आत्मविश्वासामुळे त्याला कमी मार्क मिळाले, असा त्यांनी स्वतःचा तर्क करून घेतला. "तू नक्की अभ्यासात पुन्हा पहिल्यासारखा प्रगती करशील. माझी खात्री आहे." असं म्हणत आईनंही त्याला धीर दिला. पण त्याच्या मनातलं जाणून घेणं तिलाही शक्य झालं नाही.

त्याच्या शिक्षणाच्या पुढच्या टप्प्याला सुरुवात झाली खरी, पण शारीरिक अवस्था आणि मानसिक तणावाचा झगडा अजूनच वाढत गेला. वेदनेची तीव्रता वाढली तशी असहायताही वाढली. 'आपल्याला आता कोणाजवळ तरी बोलायलाच हवं. सगळं मनातच साठवून ठेवलं तर जीव गुदमरून आपण मरून जाऊ. रात्रीच्या अस्वस्थतेचा वेढा अधिकच घट्ट होत चाललाय. असंच होत राहिलं तर एक दिवस ही रात्रच गिळंकृत करेल आपल्याला!' त्याच्या मनात विचारांचं वादळ निर्माण झालं आणि शेवटी एकदा घाबरत घाबरत तो आई-वडिलांशी बोललाच.

"मला तुम्हाला काही सांगायचंय. आई, हे तुम्हाला कसे सांगू समजत नाहीये... पण माझं...माझं आत्म्याचं आणि शरीराचं लिंग जुळत नाहीये. खूप त्रास होतोय मला या सगळ्याचा. म्हणजे... म्हणजे मी शरीरानं मुलगा आहे आणि... आत्मा सांगतोय की मी... मी मुलगी असायला हवंय."

त्याचं हे बोलणं ऐकून यशच्या आई-वडिलांना मोठा धक्का बसला. एक प्रकारचं बधिरत्वच आलं जणू! तो काय बोलतोय हे फारसे आणि नेमकं त्यांना कळलंच नाही. पण हे खूप काहीतरी भयानक आहे. विचित्र, वेगळं आहे. याची त्यांना जाणीव होऊ लागली. कुठलीच कल्पना नसताना यश त्यांना हे सांगत होता. "असं काही अस्तित्वात असते का? एका मुलाला कसं वाटेल तो मुलगी आहे असं? हे बघ, हा फक्त तुझ्या मनाचा भ्रम आहे. तुझं ते मुलींसोबत मैत्री करणं, त्यांच्या

संगतीत राहणं कमी कर.... जरा मुलांसोबत जास्त राहा. जे होतंय त्याकडे दुर्लक्ष कर आणि असले विचार करणं बंद कर...” यशचे वडील आधाराचा हात पाठीवर न ठेवता केवळ कडक सूचनेच्या स्वरात म्हणाले.

“अहो, मुलगा काय असं विचित्र बोलतोय? काय हे असं?” यशच्या आईच्या चेह-यावर तीव्र चिंता दिसत होती. डोळ्यांतून अश्रूंचे पूर वाहू लागले.

“हे बघ, तू उगीच रडण्याचे कढ काढू नकोस. असं काही नसतं. खरं तर हा तुझ्याच अतिलाडांचा परिणाम आहे. मुलाला हवं तसं वागू दिलं की असे भलतेसलते विचार सुचतात!” यशच्या वडिलांनी त्याच्या आईलाच बोल लावत तिला गप्प केलं.

यश मात्र त्यांच्या बोलण्याने अजूनच धास्तावला, ‘खरंच हा सगळा आपल्याच मनाचा खेळ आहे का? आपलीच यात काहीतरी चूक आहे का?’ त्याला समजेना. पण वडिलांनी सांगितल्याप्रमाणे तो या अवस्थेकडे दुर्लक्ष करायचा प्रयत्नही करायला लागला, पण त्याच्या वेदना काही थांबल्या नाहीत. त्याचा धीर मात्र थोडासा वाढायला लागला.

एकदा वडील घरी नसताना पुन्हा तो आपल्या आईजवळ तेच सगळं बोलला. तिला समजावण्याचा प्रयत्न केला. आपल्या शारीरिक आणि मानसिक यातनांबद्दल आईला सांगितलं. एका क्षणी तर ताण सहन न होऊन तो ओक्साबोक्शी रडायला लागला. त्याची ही अवस्था आईला बघवेना. आईनं समजून घेण्याचा प्रयत्न करत म्हणलं, “बेटा, तुला त्रास होतोय ना, तर आपण एका चांगल्या डॉक्टरला दाखवूया का? नक्की यातून काहीतरी मार्ग निघेल. तू काही काळजी करू नकोस. मी तुझ्यासोबत आहे.” आईच्या या बोलण्यानं, आधार देण्यानं यशला खूप हायसं वाटलं. आपल्यासोबत किमान आपली आई तरी आहे, म्हणून तो सुखावला. त्याच्या मनावरचं तरी ओझं थोडं हलकं झालं होतं.

एक निष्णात डॉक्टर यशच्या आईच्या ओळखीचे होते. त्यांनी त्या डॉक्टरची अपॉइंटमेंट घेतली. भेटून त्यांना सर्व काही सांगितलं. आपल्याला शारीरिक

अवस्थेशी आतापर्यंत कसा सामना करावा लागला. यात आपले मानसिक खच्चीकरण कोणकोणत्या पातळीवर झालं, हे यशने डॉक्टरांना मोकळेपणानं सांगून टाकलं. डॉक्टरांना या अवस्थेचा वैद्यकीय अर्थ समजला. ते समजावणीच्या स्वरात म्हणाले, "हे बघा, यशला जे होतंय, जे जाणवतंय, ते वेगळं आहे नक्कीच. पण चुकीचं नाही. संपूर्ण जगात जेमतेम एक टक्के मुलं अशा अवस्थेत जन्माला येतात. याला वैद्यकीय भाषेत जेंडर आयडेंटिटी डिसऑर्डर असे म्हटलं जातं. आणि हे सगळ्यांनी नीट समजून घेणे अतिशय गरजेचं असतं."

"शारीरिक व्यंग? डॉक्टर, पण यावर उपाय असेलच ना?" संभ्रमावस्थेतल्या आईन डॉक्टरांना न राहावून विचारलंच.

"मी सांगतोय ते व्यवस्थित आणि शांतपणे ऐका. म्हटलं तर यावर उपाय आहे. लिंगबदलाचं ऑपरेशन करण्याचा उपाय आहे. वैद्यकीय भाषेत 'सेक्स रिअसाइनमेंट सर्जरी' असं म्हणतात. यालाच ट्रान्सजेंडर होणं किंवा लिंगबदल करून घेणं असे संबोधले जाते. ऑपरेशननंतर रुग्णाला स्वतःचं अपत्य होण्याची शक्यता अगदीच कमी, जवळपास शून्यच असते. ट्रान्सजेंडर झाल्यामुळे भिन्नलिंगी जोडीदार मिळणंही कठीण असतं, पण या सगळ्या पलीकडे, जर ऑपरेशन नाही केलं तर त्या व्यक्तीला आपलं संपूर्ण आयुष्यच निरर्थक वाटत राहतं. ऑपरेशन नेमकं कसं केलं जातं, याविषयी मी सविस्तर सांगेनच, पण हे ऑपरेशन करणं, त्या व्यक्तीला गरजेचं का वाटू शकतं हे समजून घेणं मात्र आवश्यक आहे." डॉक्टरांचे शब्द जणू कानावर घणाघात करत होते. मनावर आघात करत होते. क्षणात यशच्या आईचे ओठ कोरडे पडले. शून्यात नजर लावून बसलेल्या तिच्या डोळ्यांना अश्रूंच्या धारा लागल्या. अचानकपणे समोर आलेलं हे संकट पार करणं तिला महाकठीण भासू लागले. सर्वांत महत्त्वाचं, आपल्या एकुलत्या एका मुलाच्या भविष्याबद्दल रंगवलेलं स्वप्न क्षणात उद्ध्वस्त झालं होतं. आणि याचा त्या माउलीला प्रचंड धक्क बसला होता.

यशला मात्र आता गूढ उकललं होतं. 'आपल्या या अवस्थेतून बाहेर पडण्यासाठी मार्ग आहे. मार्ग कठीण आहे, पण अशक्य नाहीये. आपल्याला जसं आतून वाटतं,

तसं वैद्यकीय पद्धतीनं होताही येऊ शकतं.' आतापर्यंत मनात दाटलेल्या अंधारात त्याता कुठेतरी मार्ग दिसू लागला आणि तो बराचसा निश्चिंत झाला.

घरी आल्यावर आईनं त्याच्या वडिलांना हे सर्व काही सांगितलं, पण नेहमीप्रमाणे त्यांनी सगळं उडवून लावलं आणि समजून घेण्याचा काडीमात्र प्रयत्न केला नाही. उलट संतापाने ते वाट्टेल तसं बोलत राहिले. कडक शिस्तीच्या आणि परंपरेच्या मुळांनी जखडलेल्या त्यांच्या मनाला यातलं काही पटलं नाही. शिवाय यशला त्यांनी हा ऑपरेशनचा फालतू विषय जरी काढलास तरी तुला घरातून बाहेर काढून टाकेन, असं बजावलं.

वडील-मुलाच्या नात्यात खोल दरी निर्माण झाली. यशची ही अवस्था आजूबाजूच्या अनेकांना हळूहळू समजली. लोकांनी नको नको ते बोलायला सुरुवात केली. खरं तर अशा संवेदनशील गोष्टीला समजून घेऊन त्यातून मार्ग काढण्यासाठी त्याच्या कुटुंबीयांना मदत करण्याची, आई-वडिलांना समजावण्याची ही वेळ होती, पण झाले अगदी उलटेच. समाजाने आणि जवळच्या नातेवाइकांनीही यशच्या संपूर्ण कुटुंबाचं जगणं कठीण करून टाकलं.

"शाप असतो हो मागच्या जन्मीचा. जन्मच शापित, काही अर्थ नसतो असल्या जगण्याचा." एकीकडून सूर निघायचा.

"बाई बाई बाई! काय म्हणायची ही पाश्चिमात्य थेरं की काय? कलियुग आलंय हो, कलियुग. अतिलाडाचा परिणाम. दूसरे काय?" आणखी कोणी बोल लावून जायचं.

खूप कमी लोकांनी यशची ही अवस्था समजून घेऊन त्याला धीर दिला. कसंबसं त्याचं पदवीपर्यंतचं शिक्षण पूर्ण झालं. आजूबाजूचे ऐकू येणारे नको नको ते सूर कानी पडणं मात्र चालूच होतं. या सगळ्या तिढ्यात मुलाच्या भवितव्याच्या चिंतेनं आई मनानंही खचून गेली. 'काय होईल यशचं? समाजाच्या अशा वातावरणात त्याचा कसा निभाव लागायचा?' आई सतत विचारांनी हैराण असायची.

यशच्या तर जगण्याचा मार्गच खडतर होऊन बसला होता. जगण्याच्या बेडीत जणू

मरणच अडकून पडतं होतं. 'काय करू मी? जीव दिला तरच या दुष्टचक्रातून सुटेन कदाचित. निदान समाजाकडून आई-वडिलांना होणारा त्रास तरी संपेल. माझ्या शारीरिक वेदनाही संपून जातील. मानसिक आजारातूनही सुटका होईल.' विचारांचं वादळ घेऊन तो एकदा जीव द्यायलाही गेला, पण पुन्हा आतल्या आवाजानं सुनावलं, 'मरण सोपंच पण जगणे कठीण आहे. आपण कुणाचं नुकसान केलंय, असा कुठला गुन्हा केला म्हणून आत्महत्या करायची? आपण जगायचं... लढायचं... सर्जरी करायची. ऑपरेशन करताना प्राण गेला तरी चालेल, पण असे मरत मरत जगायचं नाही. जीव देण्याचा विचार तर नाहीच नाही!'

तो ऑपरेशनला तयार झाला. ऑपरेशन खर्चिक असल्यामुळे त्याला लागणाऱ्या पैशांसाठी त्याच्या आईनं आपले दागिने विकले. आपल्या एकुलत्या एका मुलाचा त्रास संपवण्यासाठी हे ऑपरेशन होणं गरजेचं आहे, हे त्याच्या आईलाही जाणवलं होतंच.

***

यशचं लिंगबदलाचं ऑपरेशन सुरळीत पार पडलं. सर्जरी झाली आणि यशची आता 'पृथा' झाली. एकाच जन्मी पुनर्जन्म झाला. ऑपरेशननंतर नर्सनं तिच्यासमोर आरसा धरला. त्यात तिनं एक अनोळखी चेहरा पाहिला, स्वतःचाच! तिच्या चेहऱ्यावर शांत भाव होते. मनातली शांतता आता चेहऱ्यावरही स्पष्ट दिसत होती. आता तिचं शरीरही तेच होतं, जे आत्मा सांगत होता. अशाप्रकारे एक तिढा संपला होता, शरीराचं आणि आत्म्याचं मीलन झालं होतं.

ऑपरेशननंतर पृथाचा शारीरिक आणि मानसिक आंदोलनांचा, दोलायमान अवस्थेतला खडतर प्रवास संपला खरा, पण सामाजिक पातळीवरचा संघर्ष अधिक तीव्र झाला. एक 'ट्रान्सजेंडर' म्हणून समाजानं पृथाचा स्वीकार केला नाही. समाजाचं जाऊच दे, वडिलांनीही हे कधीच मान्य केलं नाही. सामाजिक दबावानं ते अजूनच अस्वस्थ झाले. केवळ आजारी पत्नीकडे पाहून त्यांनी पृथाला घराबाहेर काढलं नव्हतं, इतकंच!

पण तिच्या ट्रान्सजेंडर होण्यानं तिच्या आई-वडिलांनाही समाजानं यातना देण्यास सुरुवात केली. आपल्यामुळे आपल्या आई-वडिलांना त्रास होऊ नये, म्हणून शेवटी पृथानं घर सोडून एकटं राहण्याचा निर्णय घेतला आणि एके दिवशी खरोखरंच आपलं घर सोडलं. दुर्दैवानं ती घर सोडून गेल्यानंतर तिच्या आईची प्रकृती अधिकच खालावू लागली. बाहेरच्या वातावरणात तिच्यासारख्या ट्रान्सजेंडरचा कसा निभाव लागणार, या चिंतेनं आई बेजार व्हायची. पृथा आपल्यासोबत नसल्यानं तिला आणखीनच एकटं एकटं वाटू लागलं, पण आजूबाजूची परिस्थितीच अशी होती, की पृथानं त्या घरात राहण्यापेक्षा लांब राहिलेलंच चांगलं होतं.

इकडे पृथाचा एकटीचा खडतर प्रवास चालू झाला. ट्रान्सजेंडर म्हणून वावरताना तिला अनेक आव्हानांना सामोरं जावं लागायचं. भाड्याचं घर मिळवताना तर तिला खूप वणवण करावी लागली. अगणित समस्यांना तोंड द्यावं लागलं. एक ट्रान्सजेंडर म्हणून तिला कोणी नोकरीवरही ठेवायला तयार नव्हतं. घरातून निघताना सोबत आणलेल्या पैशांवर ती कसंबसं भागवत होती. अर्थात पृथा हार मानणाऱ्यातली नव्हती, पण अद्याप दुर्दैवानंही तिची पाठ सोडली नव्हती. तिचा हा सगळा संघर्ष सुरू असतानाच एक दिवस तिच्या कानावर आईच्या मृत्यूची बातमी आली आणि तिच्या दुःखाला पारावर उरला नाही. ती धावत आपल्या घराकडे गेली. आपली शेवटपर्यंत साथ देणाऱ्या आपल्या आईला मृतावस्थेत पाहून तिला गहिवरून आलं. अश्रूंचा बांध फुटला आणि ती आईजवळ जाऊ लागली. एवढ्यात कुणीतरी तिला मध्येच अडवलं. "स्वार्थासाठी आपल्या कुटुंबाची हेळसांड केलीस काय गं, तेव्हा तुला काही वाटलं नाही? आईला एकटं पाडलंस. तिचे हालहाल केलेस. पराकोटीच्या यातना दिल्यास. आणि आता कशाला आलीयेस?" ती व्यक्ती संतापानं पृथाला म्हणाली. वडीलही म्हणाले, "झालं ना तुझं समाधान? हेच हवं होतं ना तुला? तुझ्यामुळेच गेली तुझी आई. चल! चालती हो इथून."

आईच्या मृत्यूमुळे झालेलं आभाळाएवढं दुःख, त्यात आपल्याला वडिलांसहित

कोणीही आईजवळ जाऊ देत नाहीये, या वेदनेनं पृथाला अश्रू अनावर झाले. ती हमसून हमसून रडू लागली.

***

आईच्या मृत्यूच्या दुःखातून बाहेर यायला पृथाला बराच वेळ लागला, पण यथावकाश, आपले आणि आपल्या आईचंही आपण पोलिस दलात भरती होण्याचं स्वप्न पूर्ण करायचं, या निश्चयानं तिला एकीकडे बळ मिळू लागलं आणि जिद्दीनं तिनं त्यासाठी लागणाऱ्या स्पर्धा परीक्षेची तयारीही सुरू केली.

तिचा रोजचा दिवस म्हणजे नवनवीन आव्हानांची परीक्षाच असायची. आजारी पडल्यानंतर दवाखान्यात गेल्यावर कितीतरी डॉक्टर तिच्यावर उपचार करायला नकार द्यायचे. तिला हात लावायला घाबरायचे. एवढ्यावरही थांबायचं नाही. काही ठिकाणी तर दवाखान्यातला स्टाफही तिला बघून हसायचा. अनेकदा तिला लोक घाबरायचे. ते तिला माणूस कमी आणि राक्षसच जास्त समजायचे. कधी बागेत गेलं आणि तिथे खेळणाऱ्या एखाद्या लहान बाळाला जवळ घेण्याचा प्रयत्न केला तर बाळाची आई तिला नाही नाही ते बोलून तिथून हाकलून लावायची.

अशा सगळ्या त्रासातही आयुष्यावर असणारं प्रेम तिला माघार घेऊ देत नव्हतं. जिद्दीनं तिनं स्पर्धा परीक्षा दिल्या. नंतर पोलिस दलात भरती होण्यासाठीच्या सर्व शारीरिक चाचण्या पार केल्या. सगळीकडून तुच्छतेची वागणूक मिळत असली तरी उराशी बाळगलेलं स्वप्न संपल नव्हतं... तिचं स्वप्न, पोलिस दलात इन्स्पेक्टर म्हणून भरती होण्याचं स्वप्न. अर्थात, या मार्गातही पुढे असंख्य अडथळे येऊ लागले. कुठलाही फॉर्म भरताना 'पुरुष' आणि 'महिला' या व्यतिरिक्त 'ट्रान्सजेंडर' म्हणून तिसरा पर्याय नसायचा. शिवाय रेशनकार्ड, शाळेचा दाखला अशा सगळ्या कागदपत्रांवर तिचं जुनं नाव होतं. एक माणूस म्हणून तिचं सगळीकडून अस्तित्व संपवलं गेलं होतं. या सगळ्या प्रवासात ती कोलमडून जायची, खचून जायची. केवळ एका वेगळ्या लैंगिक कलामुळे आपल्याला एवढा संघर्ष करावा लागतोय, या विचारानं कधीतरी खचून जायला व्हायचं. निराशेचा काळोख दाटायचा. आपल्यावर अन्याय होत असेल, तर न्यायासाठी आपल्यालाच लढलं पाहिजे.

आपल्या सारख्यांवर होणारा अन्याय, अत्याचार दूर करण्यासाठी रडत राहून चालणार नाही.' या विचारानं ती पुन्हा उभी राहायची. तिनं आता न्यायासाठी लढा सुरू केला अन् तिनं थेट न्यायालयातच धाव घेतली. सलग दोन वर्ष न्यायालयातला लढा जिद्दीनं लढला. तिच्या या अलौकिक आणि संघर्षमय लढ्याची बातमी पसरायला लागली. 'व्यवस्थेशी लढणारी पृथा' म्हणून माध्यमांनीही तिची दखल घेतली. अखेर तिचा लढा यशस्वी झाला. तिला न्याय मिळाला. तिनं तो मिळवला आणि पोलिस दलात इन्स्पेक्टर म्हणून भरती झालेली ती पहिली 'ट्रान्सजेंडर' ठरली. मानवतेचे अंकुर अद्याप जिवंत होतेच की....

***

नुकताच तिनं आपला आठवा वाढदिवस साजरा केला. तसा तिचा बत्तिसावा वाढदिवस, पण पुनर्जन्मातला आठवा. आज ती पोलिस क्षेत्रात स्वतःचं नाव कमावतेय. जिद्दीनं वेगवेगळी प्रकरणं हाताळतेय. साहसी कामं केल्याबद्दल तिला पुरस्कारही मिळाले आहेत.

वैयक्तिक आयुष्यातली सगळी आव्हानं संपलीयेत का? तर अजिबात नाही. 'ट्रान्सजेंडर' व्यक्तीकडे बघण्याचा लोकांचा दृष्टिकोन अजूनही फारसा बदललेला नाहीये. पण प्रत्येक संकटातून प्रयत्नपूर्वक मार्ग शोधण्याची ताकद आज तिच्याकडे आलीये. तिला भिन्नलिंगी जोडीदारही मिळालाय. अगदी समविचारी आहे. तिच्यातलं माणूसपण जपणारा आणि तिच्यावर अतोनात प्रेम करणारा मनोज, त्यांना स्वतःचं मूल होऊ शकणार नाहीये, पण म्हणून त्यांचं काहीही अडत नाहीये. लवकरच एक अनाथ मुलगी दत्तक घेण्याचा त्यांचा विचार आहे. आपल्यासारख्या 'ट्रान्सजेंडर' व्यक्तींना आधार देण्यासाठी आणि त्यांना समुपदेशन करण्यासाठी तिनं 'युनिक' नावाची संस्थाही सुरू केली आहे.

आयुष्यातली बहुतांश कोडी तिनं प्रयत्नपूर्वक सोडवली आहेत. खंत आहे ती दोनच गोष्टींची. एक म्हणजे हे सर्व पाहायला आज तिची आई नाही. दुसरी म्हणजे, परवाच तिला रस्त्यावरून जात असताना अचानक तिचे वडील दिसले. थकलेले आणि खंगलेले होते. तिला खाकी पेशात पाहून एका डोळ्यात आसू आणि दुसऱ्या

डोळ्यात अभिमान फुलला होता. पृथाच्याही भावना गहिवरून आल्या होत्याच. तिला वडिलांना कडकडून मिठीही मारावीशी वाटली, पण ते एकमेकांशी बोलू शकते नाहीत. वडीलही तसेच तिथून निघून गेले. कदाचित त्यांनी स्वतःलाच माफ केलं नसावं. अपराधीपणाची बोच असावी.

'जीवन शाळा' या संस्थेतर्फे आयोजित कार्यक्रमात आयुष्याशी दोन हात करून यशस्वी झालेल्या लोकांना मार्गदर्शन करण्यासाठी तिला बोलावण्यात आलं होतं. त्यात ती हजारो लोकांसमोर बोलणार होती. आपला प्रवास सांगणार होती. "माझ्यात जे व्यंग होतं, ते खरंतर व्यंग नसून एक नैसर्गिक गोष्ट आहे. ती लिंगाशी निगडित आहे म्हणून त्याचं अस्तित्वच नाकारायचं का? एका विशिष्ट चौकटीबाहेर घडणारी गोष्ट समजून घेण्यासाठी संवेदनशील मन असावं लागतं. मानवी वेदनेच्या आणि दुःखाच्या मुळाशी गेल्यावर जगण्याचे नवे आणि सुंदर आशय समजतात." पृथानं सहज सोप्या भाषेत आपला संघर्षमयी जीवनप्रवासही सांगितला. शेवटी ती म्हणाली, "माझी ही गोष्ट मी नक्की कशासाठी सांगितली? तर अशा अवस्थेत जन्म झाला म्हणून ज्यांनी आत्महत्या केली आणि त्याचा कुणाला पत्ताही लागला नाही, अशांना आदरांजली वाहण्यासाठी... आणि जे अजून अजाण आहेत आणि आपलं संपूर्ण आयुष्य ज्यांना शाप वाटतोय, त्यांना आधार देण्यासाठी, त्यांना जगण्याचं बळ देण्यासाठी... हे सांगण्यासाठी, की वेगळा लैंगिक कल म्हणजे तुमच्या आयुष्याची अखेर नाहीये, तुमचं वेगळेपण जाणून मान्य करा. मी संघर्ष केलाय. तुम्हीही करा. पुढे जा. माझीही स्वप्नं खूप मोठी आहेत आणि मी कधीच थांबणार नाहीये...

'ये हौंसला कैसे झुके,
ये आरजू कैसे रुके.'

या गाण्याच्या ओळींनी पृथानं आपलं भाषण संपवलं, पण तिला सलाम करण्यासाठी सुरू झालेल्या टाळ्या कितीतरी वेळ वाजतच राहिल्या.